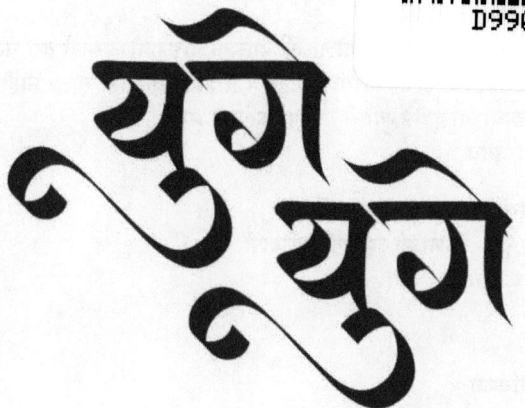

युगे युगे

उदय सुर्यराजाचा...

प्रसाद अक्कानवरु

प्रथम आवृत्ती : जून 2023
आषाढ शु. ११ - देवशयनी आषाढी एकादशी
भारतात प्रकाशित

फॉन्ट : कोकिळा

ISBN: 978-81-19445-05-9

मुखपृष्ठ रचना : प्रशांत गुरव

STORYMIRROR
Stories that reflect you

प्रकाशक : स्टोरीमिरर इंफोटेक प्राईवेट लिमिटेड,
7 वा मजला, एल तारा बिल्डिंग, डेल्फी बिल्डिंगच्या मागे,
हिरानंदानी गार्डन्स, पवई, मुंबई, महाराष्ट्र - ४०००७६, भारत.

Web: *storymirror.com*
Facebook: *@storymirror*
Instagram: *@storymirror*
Twitter: *@story_mirror*
Contact Us: *marketing@storymirror.com*

||श्री सिद्धेश्वर प्रसन्न||

卐

||श्री तुळजाभवानी प्रसन्न||

||श्री विठ्ठल-रुक्मिणी प्रसन्न||

||यळकोट यळकोट जय मल्हार||

अग्रतः चतुरो वेदाः पृष्ठतः सशरं धनुः।

इदं ब्राह्मम् इदं क्षात्रं शापादपि शरादपि।।

साचलेल्या गोष्टी संपतात

वाहणाऱ्या सुरु राहतात...

- बसवण्णा

।। अवधूत चिंतन श्री गुरुदेव दत्त ।।

गुरुर्ब्रम्हा गुरुर्विष्णु: गुरुर्देवो महेश्वर:।
गुरु: साक्षात् परब्रह्म तस्मै श्री गुरवे नम:।।

❋ गुरु तत्त्वास समर्पित ❋

प्रथम गुरु ते माता-पिता।
साष्टांग दंडवत तयांकरिता।।

जय जय श्री स्वामी समर्थ।
ॐ साई राम।
गण गण गणात बोते।

ऋणनिर्देश

जिने या जगासाठी जगण्याची प्रेरणा दिली ती माता, व ज्यांनी जगाचे सर्वज्ञान दिले ते पिता यांचे कोटी कोटी आभार. ज्यांनी मला घडविले त्या सर्व गुरुवरांचे आभार. या शब्दांमागील शक्ती असलेली माझी धर्मपत्नी डॉ. प्रीतम यांचे आभार. आपल्या लेकरांचं जग हे आपल्या वाट्याला आलेल्या जगापेक्षा अधिक सुंदर असलं पाहिजे हे ज्यांच्याकडे पाहून सतत वाटते त्या माझ्या मुली रिद्धी व सिद्धीचे आभार. सतत खंबीरपणे पाठीशी उभे राहणाऱ्या भगिनी, बंधू, वहिनी, आप्तस्वकीय, स्वजन व मित्रपरिवाराचे आभार. तसेच माझ्या संपूर्ण पोलीस परिवाराचेही आभार.

हे पुस्तक प्रकाशित होण्यासाठी अविरतपणे झटणारा माझा लहान भाऊ व लेखक प्रविण याचे आभार. अत्यंत कमी कालावधीत पुस्तकाची सुबक मांडणी आणि उत्तम निर्मिती करणारे स्टोरीमिरर प्रकाशन संस्थेचे सर्वेसर्वा श्री बिभू राऊत व त्यांचे कार्यक्षम सहकारी सृष्टी, दिव्या, रोहन, स्नेहा आणि प्रशांत तसेच आमचा टंकलेखक महेंद्र या सर्वांचे मनःपूर्वक आभार.

अनुक्रमणिका

प्रस्तावना

॥ श्री ॥

जगदंब, जगदंब

एका ओळीत सांगायचं झालं तर ही कहाणी चांगला विरुध्द वाईट असा लढा आहे. काळचक्राबद्दल भारतीय परंपरांत विस्तृत वर्णन आढळते. या मतानुसार सांप्रत युग हे कलीयुग आहे. मानवी जीवनाचे आदर्श पूर्णपणे संपले आहेत. धर्माच्या चार पायांपैकी तीन तूटलेले असुन चौथा व शेवटचा पण दिवसेंदिवस डळमळीत होत आहे. कलीयुगाच्या या दलदलीचा अंत करण्यासाठी भगवान विष्णू आपला अंतिम व दहावा अवतार घेतील. हा कल्की अवतार दुरीत वृत्तींचा नाश करुन सत्प्रवृत्तींना तारेल. यानंतर सांप्रत काळचक्र संपून नव्या युगाला सुरवात होईल. असे वर्णन जवळपास सर्वच मुख्य पुराणे, रामायण, महाभारत ग्रंथात आढळते. बौध्दपरंपरा पण मैत्रेय बुध्दाच्या रुपाने याला दूजोरा देतात. जैन, शीख आदि भारतातील सर्वच उपासना परंपरांत अशी वर्णने आढळतात. काळचक्राची ही कहाणी थोड्या बहूत फरकाने ज्यू, ख्रिश्चन, इस्लाम आदि प्रमूख उपासना परंपरांत पण ऐकायला मिळते. अगदी दक्षिण अमेरिकेतील मायन संस्कृतीमध्ये सुध्दा असे वर्णन वाचायला मिळते. महाराष्ट्राचा इतिहासकाळ, सांप्रतकाळ व काळचक्राचे हे वर्णन यांची सांगड घालून हे कथानक उभे राहिले आहे.

कहाणी जाणण्याअगोदर लेखक म्हणून माझी पार्श्वभूमी व कहाणीची मनोभूमीका कशी तयार झाली याबद्दल थोडक्यात. जन्म

१९८३ सालचा. स्वंतत्र भारत कूस बदलत असलेला हा काळ. जन्मगांव मराठवाड्यातील महाराष्ट्र–कर्नाटक सीमेवरच्या लातूर जिल्ह्यातील बोथी हे छोटे खेडेगांव. सार्वजनीक जीवनाचा वारसा पूर्वापार चालत आलेला. लिंगायत व वारकरी परंपरांत घराण्याची पाळेमूळे अतिशय खोलवर रुजलेली तर आजीने तूळजापूरच्या भवानीची आयुष्यभर प्रखर भक्ती केलेली. आजोबा पोथीवाचन, ज्ञानदान व कीर्तनाची पूर्वापार परंपरा चालवत. नंतरच्या काळात ते आर्य समाजाचे प्रचारक म्हणून वावरले. मामा हे गोवा मुक्ती संग्रामात स्वातंत्र्यसैनिक म्हणून लढले. लोहियांची समाजवादी विचारसरणी त्यांनी शेवटपर्यंत प्राणप्रणाने जपली. आई-वडिलांकडून हाच वारसा आमच्याकडे आला. प्राथमिक शिक्षण जन्मगावीच तर माध्यमिक शिक्षण लातूरच्या देशीकेंद्र विद्यालयात झाले. वयाच्या सतराव्या वर्षी आयुष्य स्वतंत्रपणे जगायला सुरुवात केली. पहिली संधी दिली ती मायभूमी विदर्भाने. शिक्षण घेऊन नाव मोठं करायचं हे स्वप्न पाहून सन २००० मध्ये नागपूर शहरात दाखल झालो. कला शाखेमध्ये नागपूर विभागातून प्रथम आलो व हे स्वप्न पूर्ण झाले. जीवनाच्या नव्या अध्यायाची ही सुरुवात होती. सन २००३ते २००६ या काळात पुण्यातील फर्ग्युसन महाविद्यालयातून कला शाखेची (इतिहास) पदवी घेतली. आधुनिकता व आधुनिक जीवनशैली खऱ्या अर्थाने पहिल्यांदा अनुभवता आली. पुढे सन२००६ ते २०११ अशी साडेचार वर्ष केंद्रीय लोकसेवा आयोगाच्या परीक्षेच्या निमित्ताने दिल्लीत गेली. २०११ मध्ये केंद्रीय लोकसेवा आयोगाची परीक्षा उत्तीर्ण होऊन भारतीय पोलिस सेवेत (आय.पी.एस.) प्रवेश केला. दोन वर्ष प्रशिक्षण काळात मसुरी, हैद्राबाद, बऱ्यापैकी भारत फिरण्यात आला. महाराष्ट्र कॅडर भेटल्यामुळे

परत गृहराज्यात आलो. प्रशिक्षण काळात मुंबई, नाशिक, ठाणे, सांगली, नागपूर, गडचिरोली येथे वास्तव्य घडले. प्रशिक्षणाचा जिल्हा म्हणून सांगली जिल्ह्यात आठ-नऊ महिने काढले. नियुक्तीच्या अनुषंगाने वर्धा, पुणे व मागच्या दोन वर्षांपासून मुंबई असा प्रवास राहिला आहे. या सर्व काळात महाराष्ट्राचा प्रत्येक भाग, लोकजीवन फार जवळून पाहता आले. समाज, धर्म, राजकारण, अर्थकारणाची स्थिती कळली. आयुष्याच्या या प्रवासात जे अनुभव आले तिथेच कुठेतरी या कहाणीचे बीज पडले.

एकदा असंच दौलताबाद शहराजवळून प्रवास करतांना देवगिरीचा भव्य किल्ला नजरेस पडला. गाडीतूनच बराच वेळ किल्ल्याकडे पाहात होतो. जणू तो काही सांगू इच्छित होता. इतिहासातील दृष्ये डोळ्यासमोर तरळू लागली. आज मराठवाडा म्हणून ओळखला जाणारा हा प्रदेश. पैठणचे सातवाहन, लातूरचे राष्ट्रकूट, तेरचे शिलाहार व देवगिरीचे यादव अशा एकाहून एक वरचढ राजघराण्यांचे स्थान. देवगिरीची समृद्धी, देश-विदेशांशी होणारा व्यापार, मराठी संस्कृतीचा सुवर्णकाळ, हेमाडपंथी मंदीरे, अल्लउद्दीनची स्वारी, तूघलकाचा दौलताबाद, बहमनशाही, मुघलांची दक्षिण राजधानी असा सर्व पट उलगडत होता. काळाचा महिमा जाणवत होता. एकेकाळची महाराष्ट्राची समृद्ध, अति संपन्न राजधानी आज ओसाड होती. जेव्हा मऱ्हाटीसंस्कृतीवर संकट आले तेव्हा याच मातीत मूळे असणाऱ्या, वेरूळच्या भोसले घराण्यात जन्मलेल्या छत्रपती शिवाजींनी तिचे रक्षण केले. पश्चिमेकडच्या दूर्गम प्रदेशात डोंगरदऱ्यात स्वराज्य स्थापून मऱ्हाटी संस्कृतीचा सांभाळ केला. मराठीला ज्ञानेश्वरीची देणगी देणारे आपेगावचे

संतश्रेष्ठ श्री. ज्ञानेश्वर, पैठणचे महान धर्मपीठ व संत एकनाथ, वेरुळ, अजंठा, घृष्णेश्वर ज्योतिर्लिंग असा इतिहासाने हा प्रदेश किती भरगच्च भरलेला आहे! इतिहासात भारताची राजधानी फक्त एकदाच दक्षिणेत आली ती याच देवगिरीला.

काय समृध्दी असेल इथली! हा प्रदेश जवळपास दोन हजार वर्षे महाराष्ट्राचे हृदयस्थान राहिलेला आहे. आज फक्त पाऊलखूणा उरलेल्या आहेत. त्याचं पण फारसं कोणाला काही नाही. जे जे मराठी म्हणून आपण अभिमानाने मिरवतो त्याचे धागेदोरे याच प्रदेशात आहेत. आज मुंबई-पुणे पट्ट्याचे जे स्थान महाराष्ट्रात आहे तेच स्थान त्याकाळी या प्रदेशाचे होते. डोळे उघडले व आजचा महाराष्ट्र डोळ्यासमोर आला. काळ किती बदलला आहे. सर्वच गोष्टी बदलल्या आहेत. आपल्या सुदैवाने महाराष्ट्र राज्याच्या स्थापनेनंतर सर्वच मराठी भाषक प्रदेश एकाच छताखाली आज आहे. पण अजुनही म्हणावी तशी एकजीवता महाराष्ट्र राज्यात अजून आली नाही. साठऐक वर्षाचा काळ फार मोठा नाही आहे व या प्रक्रियेला निश्चितच अजून वेळ जाणार आहे. शिवछत्रपतींचे स्वराज्य व ब्रिटीश साम्राज्याच्या स्थापनेनंतर महाराष्ट्राच्या पश्चिम भागाचा इतिहास हा वेगळा राहीला आहे. विदर्भ, मराठवाडा, खानदेशा सारखे अतिप्राचीन प्रदेश व पश्चिमेकडचा तुलनेने नव्याने विकसीत प्रदेश.तो काळ, हा काळ अशी सरमिसळ मनात सुरु होती. त्यातून एक कथानक सुचल. कथानक जे संपूर्ण महाराष्ट्राला एका धाग्यात गुंफू शकेल. महाराष्ट्राच्या एकजीवतेला एका नव्या पातळीवर नेईल. महाराष्ट्राकडे बघण्याचा एक नवीन दृष्टीकोन देऊ शकेल व महाराष्ट्राचा भविष्यवेध घेईल.

इ.स. बारावे शतक हे भारताच्या व महाराष्ट्राच्या दृष्टीने अतिशय महत्त्वाचा काळ आहे. इतिहासाच्या एका नवीन अध्यायाची सुरुवात या काळात झाली. उत्तरेत इस्लामचे राज्य पहिल्यांदा दिल्लीत स्थापन झाले. महाराष्ट्रात देवगिरीच्या समृध्दीचा हा सुवर्णकाळ होता.मराठी संस्कृतीला, भाषेला स्पष्ट स्वरुप याच काळात यायला सुरवात झाली. नाथपंथी, वारकरी, लिंगायत, महानुभाव या चळवळीचा उगमपण याच काळातला. याच दरम्यान अलाउद्दीनच्या आक्रमणाने देवगिरीचे राज्य जाऊन मुस्लीम शासन महाराष्ट्रात स्थापन झाले. आज जो महाराष्ट्र आपण पाहतो त्यातील बऱ्याच बाबींचा पाया याच काळात घातला गेला. याच कारणासाठी आपल्या कहाणीची सुरुवातपण याच काळात होते.

अफगणीस्थानचा बादशहा मोहम्मद घौरीला विश्वाचा सम्राट होण्याची महत्त्वकांक्षा निर्माण होते व यासाठी आपला विश्वासू सेनानायक, कुतूबुद्दीन यास राजा रामचंद्राचे विश्वसिंहासन घेण्यासाठी तो काशीला पाठवतो. काशीराजाच्या विनंतीवरुन आपला नायक व देवगिरीचा राजपूत्र सदाशिव उत्तरेत मदतीसाठी जातो. काशीवरचे हे संकट टळते. सदाशिवाला प्रभू रामचंद्राचे विश्वसिंहासन व काशीराजाची कन्या अंबिका पत्नी म्हणून प्राप्त होते. मात्र हा अनुभव सदाशिवासाठी जीवन बदलवणारा ठरतो. त्याला समजते की यापुढे समाज फार मोठ्या संकटात सापडणार आहे व त्यासाठी समाजाला तयार केले पाहिजे.

कहानीचा खलनायक कलीराक्षसाच्या काळ्या मनसुंब्याची जाणीव सदाशिवला होते. राजगादी नाकारत तो व अंबिका समाजजागृतीचे कार्य करतात. लिंगायत, महानुभाव, वारकरी आदि

चळवळींसोबत काम करुन ते समाजाला बदलण्यासाठी आटापिटा करतात. मात्र कलीसैतानाला हे मान्य नसते. तो आपले हस्तक पाठवून संत-महात्म्यांचा छळ घडवितो व या चळवळींना पायबंद घालतो. कलीसैतान आपल्या कार्यात बऱ्यापैकी यशस्वी होतो. हे पाहून गुरु भार्गवांचा आदेश प्राप्त करुन सदाशिव व अंबिका इहलोक सोडतात. यानंतरच्या काळाची म्हणजे शिवछत्रपतींचे स्वराज्य, इंग्रजी राजवट, स्वातंत्र्यलढा व स्वातंत्र्यानंतरचा काळ याची रुपरेषा थोडक्यात दिली आहे. कहाणीचा दुसरा व मुख्य भाग १९८० च्या दशकात सुरु होतो. कलीसैतानाला खात्री पटते की आता संपूर्ण मानव समाज त्याच्या जाळ्यात अडकला आहे. तेव्हा प्रत्यक्ष येऊन स्वत:ला देव घोषित करुन जगावर राज्य करण्याची हीच वेळ आहे. यासाठी त्याला विश्वसिंहासन ताब्यात घ्यायच असतं.

विश्वसिंहासनाचे स्थान महाराष्ट्रात देवगिरीला असल्यामुळे ते ताब्यात घेण्यासाठी तो आपले हस्तक महाराष्ट्रात पाठवून सर्वत्र अनागोंदी माजवतो. व याच काळात कहाणीचे नायक व नायिका पुनर्जन्म घेतात व त्यांचा कली सैतानाशी संघर्ष सुरु होतो. पुढील भागांत त्यांचे शिक्षण, कली राक्षसासोबतची त्यांची लढत, लोकांना ते कसे यातून सोडवतात व महाराष्ट्राला कसे विजयी करतात याची हकीकत येते.

हा लढा चांगला विरुद्ध वाईट असेल तर चांगले काय आणि वाईट काय हे ठरवता येऊ शकते काय? सांप्रत कलीकाळात हे महाकठीण काम आहे. भारतीय तत्त्वदर्शनात माणूस हा मर्त्य प्राणी आहे आणि तो चांगले आणि वाईट अशी दोन्ही कर्मे जगण्याच्या संघर्षात या

मर्त्य जगात करतो असे सर्वमान्य आहे. किंबहुना या दोन्ही कर्मांत ताळमेळ, एक प्रकारचे संतुलन असाव असेही म्हटले जाते. गोष्ट तेव्हा बिघडते जेव्हा हा तोल चुकतो व वाईट, चांगल्यापेक्षा अधिक तूल्यबळ ठरते. पाण्याचा प्रवाह जसा उताराकडे असतो तसा माणसाचा कल पण वाईटाकडे असतो. कारण ते सहज सूलभ व सोपे वाटते. माणूस त्याच्या मोहजाळात अडकतो. याऊलट चांगले मात्र जाणीवपूर्वक जसे पीक वाढवतो तसे वाढवावे लागते. आज आपण कायद्याच्या राज्यात राहतो व बेकायदेशीर ते सर्व वाईट अशी ढोबळ व्याख्या आकर्षक वाटू शकते. पण सत्य याहून फार वेगळे व क्लिष्ट आहे. आजच्या विभाजीत जगात प्रत्येक कायदा हा वैश्विक, न्याय्य, हेतूने प्रामाणिक व काळसुसंगत असेलच असे नाही. बऱ्याचदा कायदे हे कालबाह्य, अतार्किक व संकूचित हेतून प्रेरित असू शकतात. कायदा कसाही असला तर कायद्यापेक्षाही त्याची अंमलबजावणी करणारा कोणत्या हेतूने प्रेरित असतो हे अधिक महत्वाचे असते. कायदा जर वैश्विक, तर्कसुसंगत, कालसुसंगत, न्याय्य, हेतूने प्रामाणिक असेल तर त्याचे पालन नक्कीच समाजासाठी चांगले असते. मात्र तो तसा नसेल तर त्यातून समाजाची हानीच अधिक होते.

थोडक्यात जे जे कृत्य न्याय्य आहे, प्रेमपूर्वक आहे, हेतूने प्रामाणिक, तर्कांना धरुन, वैश्विक व मानवतावादी आहे ते चांगले असे आपण म्हणू शकतो. व जी जी कृती अन्याय्य, द्वेषपूर्ण, हेतूने अप्रामाणिक, अतार्किक, संकुचित (व्यक्तीला, परिवाराला व एखाद्या समुहाला प्राधान्य देणारे) व मानवतेच्या विरुध्द आहे ते वाईट असे आपण म्हणू शकतो. मग आपल्याला असे चांगले व वाईट कसे कळणार? तर ते

सोपे आहे. प्रत्येक माणसाला अंतर्मन आहे व ज्याचा थोडाबहूत विवेक जागृत आहे त्या प्रत्येक मानवाला काळ, वेळ व परिस्थितीनुसार आपले कोणते कृत्य चांगले व कोणते वाईट हे नक्कीच माहिती असते. त्यामुळे इतर कोणापेक्षा प्रत्येक व्यक्ती स्वतःच आपण चांगले काय आणि वाईट काय केले याचा लेखाजोखा अधिक उत्तमपणे मांडू शकतो. आणि प्रत्येक मानवाने वेळोवेळी असा आपल्या कार्याचा हिशोब मांडून मर्यादेत राहणेच उत्तम. शेवटी कर्म असतात. कर्म चांगले असो वा वाईट त्याची फळे त्याला स्वतःलाच भोगायची असतात.

आणि जिथे व्यक्तीला असे चांगले वाईट ठरवणे दुरापास्त वाटते तिथे पण वाट आहे. इतिहास, परंपरा, ग्रंथ,विचारवंत व संत. सर्वात महत्त्वाचे म्हणजे संत व महापुरुषांचे जीवन बघून आपला मार्ग काढावा.आपण भारतीय म्हणून फारच सुदैवी आहोत. अनादि काळापासून भारतीय समाज अखंड प्रवाहित राहिला आहे. प्रत्येक काळानुरुप न्याय्य, अन्याय्य, योग्य, अयोग्य हे सुचित करणारी अमुल्य अशी सामूहिक स्मृती आपल्याला मार्ग दाखविण्याकरिता मिळाली आहे. महाराष्ट्र तर याबाबतीत स्वर्गासमान आहे. श्री चक्रधर, नाथ, बसवण्णा, ज्ञानेश्वरांपासून ते तुकाराम महाराज, रामदास स्वामी पर्यंतची संतपरंपरा, प्रभू रामचंद्रापासून ते छत्रपती शिवरायांपर्यंत महापुरुषांची श्रृंखला, इस्लाम, ख्रिश्चन, ज्यू, पारशी अशा सर्व थोर धर्मसमुहांच्या विचार परंपरा, जैनांचा व बौध्दांचा प्राचीन वारसा, आधुनिक समाज सुधारक, समाज राष्टोध्दारासाठी प्राणपणाने लढलेले नेते, अशी दिशादर्शक खाणच आपल्याला उपलब्ध आहे.येथे पसायदानासारखी प्रार्थना आहे. अजून

काय सांगावे ?

तेव्हा भारतीय व मराठी म्हणून आपणास चूकण्यास वाव नाही. या घडीच्या, परीक्षेच्या काळात आपला इतिहास, वारसा, परंपरा आठवून, विवेक बाळगून मार्ग काढणे हेच आपणांकडून अपेक्षीत असू शकते व याच भावनेने प्रेरित होऊन ही कहाणी लिहिलेली आहे.

ही कहाणी लिहीताना प्रत्येक संकल्पनेचा काही विशिष्ट सत्यार्थ समोर ठेवण्यात आला आहे. त्यातील काही संकल्पना सुरवातीलाच स्पष्ट करणे अगत्याचे आहे. महाराष्ट्र, मराठी, हिंदू अशा काही महत्वाच्या संकल्पनांचा उहापोह होणे गरजेचे आहे. महाराष्ट्र म्हणजे काय असे विचारले तर आपल्याला काय काय सांगता येईल. महाराष्ट्र ही संगमभूमी आहे. उत्तरेची संस्कृती महाराष्ट्राला पितृतुल्य तर दक्षिणेची संस्कृती मातेप्रमाणे आहे. या दोन संस्कृतींच्या संगमातून महाराष्ट्राची संस्कृती तयार झाली आहे. महाराष्ट्र हा उत्तरेपेक्षा अधिक दक्षिण आहे. विंध्य पर्वताच्या खाली दक्षिण सुरु होते हे प्राचीन काळापासून मान्य आहे. दक्षिणेची विशेषतः कर्नाटक संस्कृती महाराष्ट्राला विशेष जवळची आहे. कर्नाटक व महाराष्ट्राच्या संगमातूनच पंढरपुरचा श्री विठ्ठल,जेजुरीचा श्री खंडेराय व तुळजापुरच्या मायभवानीसारखी महासमन्वयक तीर्थ महाराष्ट्रात तयार झाली आहेत. असे जरी असले तरी दक्षिण व उत्तर मातापित्याप्रमाणे महाराष्ट्राला तेवढेच महत्त्वाचे आहेत.

प्रदेशाबाबत बोलयचे झाले तर सर्वच प्रदेश विशिष्ट काळात महाराष्ट्रासाठी महत्त्वाचे राहिले आहेत पण मुलतः महाराष्ट्र म्हणजे विदर्भ आहे. कारण ते मूळ आहे, उगमस्थान आहे. महाराष्ट्र बलशाली

व्हावयाचा असेल तर आधी विदर्भ बलशाली झाला पाहिजे...महाराष्ट्राचा पुराणकाळ हा विदर्भाने घडवला आहे तर इतिहासकाळ मराठवाड्याने. विदर्भ, मराठवाडा, खानदेश, कोकण हे प्रदेश महाराष्ट्राच्या पायाप्रमाणे आहेत.याच प्रदेशांच्या वारश्यावर पश्चिमेकडे स्वराज्यासारखी महान संकल्पना साकार झाली व पुणे, मुंबई सारखे समृध्द प्रदेश निर्माण झाले.

महाराष्ट्र म्हणजे जिथे सामान्यजनांची मानवतावादी संस्कृती नांदते तो प्रदेश आहे. मुख्यत: तत्कालीन वैश्य व शुद्र वर्णांच्या मिलापातून ही संस्कृती उभी राहिली आहे. भगवान बुध्द, भगवान महावीर यांचे मानवतावादी विचार व दक्षिणेकडील मातृप्रधान द्रविड संस्कृतीच्या मुल्यांचा मिलाप घालून महाराष्ट्र पुढे चालत राहिला आहे. इथली प्रमुख दैवते पंढरपुरचा विठोबा असेल वा जेजुरीचा खंडोबा ही सामान्य म्हणजे वैश्य वर्गातून आली आहेत. वर्ण, जात-पात यांना बाजूला सारुन मानवतावादाला प्राधान्य देणाऱ्या नाथपंथ, लिंगायत, वारकरी व महानुभाव परंपरा सर्वच वर्ण जातीमधून आलेल्या मानवतावाद्यांनी इथे घडविल्या आहेत. इस्लामची सूफी परंपरा याचेच प्रतीक आहे. वर्ण, जात, धर्म आपापल्या ठिकाणी असतील पण मानवी ऐक्य हेच अंतिम सत्य आहे हे परमसत्य मराठभूमीत खोलवर रुजल आहे. कोण कुठल्याही वर्णाचा, जातीचा असो असे सर्व प्रकारचे भेद बाजूला सारुन मानवी ऐक्याची परमअनुभूती हेच सर्वांचे ध्येय राहिले असून 'मानवी विश्वात्मकता हीच खरी आहे' ही भावना मराठीभूमीच्या कणाकणात रुजलेली आहे.

महाराष्ट्र म्हणजे पुरोगामित्त्व आहे, मानवतावाद आहे, वैश्विकता

आहे. पसायदानासारखी प्रार्थना याचे उत्तुंग प्रतीक आहे. इ.स. पूर्व काळात झालेल्या बौध्द, जैन सारख्या पंथांचा सर्वात जास्त प्रभाव महाराष्ट्रात राहिला आहे. या क्रांतीच्या पाऊलखूणा या भूमीवरील काळ्या पाषाणात जागोजागी पाहता येतात. महाराष्ट्र यावरच थांबला नाही तर इथे नाथपंथ, महानुभाव, लिंगायत, वारकरी अशा मानवतावादी पंथांची श्रृंखलाच तयार झाली.पसायदानासारखी प्रार्थना केवळ महाराष्ट्राच्या भूमीतून लिहीली जाऊ शकते. महाराष्ट्र म्हणजे रोखठोकपणा व रोकडा व्यवहार आहे. तुकारामांची गाथा याचे सर्वोत्तम उदाहरण आहे. आधुनिक काळात हीच परंपरा महाराष्ट्राने जपली आहे. महाराष्ट्र म्हणजे कर्मप्रधान कष्टकऱ्यांचा प्रदेश आहे. जीवनातील प्रत्यक्ष अनुभवालाच इथे प्राधान्यक्रम राहिला आहे.

महाराष्ट्राच्या भूमीवर राहणारा प्रत्येक व्यक्ती, तो कुठल्याही जातीचा, पंथाचा, वर्णाचा, धर्माचा वा प्रदेशाचा असो, इथे पिढ्यानपिढ्या निवास असणारा किंवा आता नव्याने आलेला असो, या सर्वांच्या समुच्चयाने महाराष्ट्र बनलेला आहे. मराठी भाषा व संस्कृती जिथे गुण्यागोविंदाने नांदते तो प्रदेश म्हणजे महाराष्ट्र आहे. महाराष्ट्र म्हणजे पराक्रम आहे, शौर्य आहे. विदर्भ महाजनपद, सातवाहन, वाकाटक, चालुक्य, राष्ट्रकूट, देवगिरी, बहमनी ते शिवछत्रपतींचे स्वराज्य अशी महान वीरपरंपरा इथे राहिली आहे. छत्रपती शिवाजी महाराज केवळ महाराष्ट्रातच होऊ शकतात. महाराष्ट्र हा भारतदेशाचा मुकूटमणी आहे व जगाचा ध्रुव तारा आहे. अशा कितीतरी गोष्टी अभिमानाने सांगता येतील असा महाराष्ट्र हा महान प्रदेश आहे.

आता मराठी, मराठे म्हणजे निश्चित कोण याबाबत काय म्हणता येईल ? तर वर म्हटल्याप्रमाणे महाराष्ट्राच्या भूमीत जे जे लोक वसतात मग ते कुठल्याही जातीचे, पंथाचे, वर्णाचे, धर्माचे, वशांचे, प्रदेशाचे, पिढ्यानपिढ्या राहिलेले वा नव्याने आलेले असो ते सर्वजण मराठी, मराठे आहेत. मराठी, मराठे म्हणवून घेण्यासाठी भूमीवरील निवास हा एकमेव सत्य, तार्किक व मार्मिक आधार आहे. प्रत्येक भूप्रदेशाची काही स्वतःची वैशिष्टे असतात. व या वैशिष्टयाला अनुसरुनच त्या भूप्रदेशावर राहणारी माणसे, भाषा, संस्कृती आकार घेत असतात. हजारो वर्षाच्या संस्कारानंतर त्या भूप्रदेशाची संस्कृती, भाषा, माणसांचा स्वभाव आकार घेत असतो. म्हणून ज्या भूप्रदेशावर आपण निवास करतो ती आपली मायभूमी असते व आपण जिच्या सदैव ऋणात असतो. असेच माय मऱ्हाटभूमीचे आहे. रांगडा, तगडा, कणखर, राकट व तेवढाच कोमल हा प्रदेश आहे. चांद्यापासून बांद्यापर्यंत पसरलेली मराठी भाषा, मराठी संस्कृती व मराठी माणसांची स्वभाववैशिष्ट्ये ही आपल्याला या मायभूमीची देणगी आहेत. तिच्या कुशीत असंख्य हिरे घडलेले आहेत व त्यांनी या भूमीचा स्वर्णिम इतिहास लिहीला आहे. तिच्या संस्कृतीला, समाजाला आकार दिला आहे. भूप्रदेश, त्यावर राहणारी माणसे व त्या संयोगातून आकार घेणारी भाषा, संस्कृती, समाज, इतिहास ही सर्व प्रक्रिया प्रवाही असते. ती कधीच थांबत नसते. महाराष्ट्राची संस्कृती ही उत्तरेच्या व दक्षिणेच्या संयोगातून बनलेली आहे. अगदी हजारो वर्षापासून उत्तर भारत, दक्षिण भारतातून लोक इथे येत राहीलेले आहेत, वसत आहेत, याभूमीने त्यांना प्रेरणा दिलेली आहे व त्यानुरूप संस्कृती घडली आहे. महाराष्ट्र हा वैश्विक आहे. मागच्या हजार वर्षात जगातील प्रमुख

उपासना पद्धतींचे लोक मुसलमान, ख्रिश्चन, ज्यू, पारसी या भूमीकडे आकृष्ट झालेले आहेत व इथे निवास करुन त्यांनी मऱ्हाटभूमीला आपले मानलेले आहे.

महाराष्ट्र हा प्रचंड ऊर्जेचा प्रदेश राहिलेला आहे. आधुनिक काळात पण हे राज्य देशात सर्वात अग्रेसर आहे. त्याअनुषंगाने भारताच्या विभिन्न भागांतून विभिन्न जनसमूहांचे प्रवाह इथे सतत येत आहेत. त्यामुळे मराठी-अमराठी अशी भ्रामक आणि असत्य संकल्पना इथे तयार झाली आहे. एक गोष्ट नि:संकोचपणे सत्य मानवी की ज्याने या मऱ्हाटभूमीवर पाय ठेवला तो या भूमीच्या ऋणात गेला. तो आपोआप मराठी, मराठा झाला. मग या मायभूमीचे ऋण फेडणे, तिची भाषा, संस्कृती जपणे, त्यांची महत्ता वाढवणे ही त्याची कर्तव्ये आहेत. हे जितक्या तीव्रतेने इथे पूर्वापार राहणाऱ्या मराठी जनांना लागू आहे तितकेच नव्याने समाविष्ट झालेल्या मराठी लोकांनाही लागू आहे. जे नवीन लोक आले आहेत, येत आहेत, त्यांनी आपापली भाषा संस्कृती प्राणपणाने जपावी तसेच मायमराठीच्या समृद्धीतही अधिकची भर घालावी. कारण असे झाल्यामुळेच नवनवीन ऊर्जेचे, संस्कृतींचे प्रवाह मिसळून मराठी भाषा, संस्कृती अधिक समृद्ध व वैश्विक होणार आहे, तिची कीर्ती या भूमंडळी वृद्धिंगत होणार आहे. या भूमीवर राहणाऱ्या प्रत्येक मराठी माणसाने लक्षात ठेवावे की, ही भूमी जितकी मायाळू आहे तितकीच तापटही आहे. ज्यांनी ज्यांनी तिचे ऋण फेडले त्यांच्यासाठी ती मायभूमी आहे. पण जे असे करण्यास चुकले त्यांच्यासाठी ही दफनभूमी ठरली आहे. या मायभूमीला एवढीच प्रार्थना करतो की - माय ही तुझीच लेकरं आहेत.

चूकभूल सांभाळून घे व सुधारण्याची संधी दे.

हिंदू ही संज्ञापण अशीच परिभाषीत करता येईल. हिंदू या शब्दाला नंतर अनेक अर्थ जडले असतील पण त्याचा मूळ अर्थ हिंदुस्थानचे, भारताचे रहिवासी असाच आहे. म्हणजे या भूमीत, देशात निवास करणारे कोणीही असेल. त्यांचा जात, धर्म, वंश, पेहराव, भाषा काहीही असो ते सर्व हिंदू ठरतात, व हेच खरे सत्य आहे. इतर कोणत्याही ओळखीपेक्षा आपली ओळख ही आपण ज्या भूमीवर एकत्र राहतो त्याच्यावरुनच ठरते. ही भूमी हिंदूस्थानची आहे व यावर राहणारे सर्व आपण हिंदू आहोत.

मग आपल्याकडे पुढील मार्ग काय आहे? तर वर्तमानात इतिहासाकडे, परंपरेकडे बघून, शिकून, जुने गणित सोडवून, हिशोब चूकवून आपण भविष्याचा मार्ग काढला पाहिजे. वैचारिक स्पष्टता येण्यासाठी चिंतन आवश्यक आहेच पण ही भूमी प्रत्यक्ष कार्याची आहे. महाराष्ट्र ही कर्मप्रधान भूमी आहे. आज मराठी माणसाची एकच समस्या आहे, आपण एक नाही आहोत. वर्ण, जात, पंथ, धर्म, प्रदेश यात आपण विभागले गेलो आहोत. किंबहूना काळ्या ताकतीची ही मुद्दाम योजनाच आहे. मराठी माणसांची एकजूट होणे कोणालाही परवडणारे नाही. वर्ण, जात, पंथ, धर्म, प्रदेश ज्यात आपले पाय गुरफटले आहेत. त्या व्यवस्थांकडे बघण्याची दृष्टी कालबाह्य झाली आहे. आपल्या जीवावरच ती उठली आहे. त्याचा समाचार घेतल्याशिवाय पुढे काहीही होणे शक्य नाही. जुनी दृष्टी त्यागून एका नवीन काळानुरुप दृष्टीची गरज आपल्याला आहे. पण जुने पाडल्याशिवाय नवीन कसे बांधणार? जुना हिशेब चूकता

केल्याखेरीज नवीन गणित कसे मांडणार? व हा कार्यक्रम करण्यासाठी या मऱ्हाटभूमीची लेकरे म्हणून आपण सर्वांनी एकत्र येणे गरजेचे आहे.

वर्ण, जात, पंथ, धर्म, प्रदेश हे भ्रामक भेद सारुन ही लढाई चांगला विरुध्द वाईट व त्याही पुढे ज्ञान विरुद्ध अज्ञान अशी झाली पाहिजे. तरच त्यातून काही सकारात्मक घडू शकते. पूर्वजांना जसे प्रश्न पडत गेले त्यापरीने व्यवस्था उभारत त्यांनी ते सोडवले. व त्यामुळेच हजारो वर्षांपासून आपला समाज अखंड राहिला आहे. मूळ स्वरूपात वर्ण, जात, पंथ, धर्म, प्रदेश या संकल्पना शुद्ध आहेत. मानव कल्याणाचा विचार करुनच त्या उभारल्या गेलेल्या आहेत. त्यातील दोष हे नंतरच्या काळातील विसंगतीने, काळ्या ताकदींनी तयार केलेले आहेत.

जो पर्यंत लढा हा ज्ञान विरुध्द अज्ञान, प्रकाश विरुध्द अंधार व चांगला विरुध्द वाईटअसा होत नाही तोपर्यंत आपल्या समाजाचे काहीही कल्याण होणार नाही. जात, धर्म, वंश, वर्ण हे काळानुरुप असणारच व त्याआधारे चुकीच्या मार्गाने द्वेष, भ्रम पसरवणाऱ्या काळ्या शक्ती पण असणारच. पण महाराष्ट्राला यापलीकडे जाऊन मानवतावादावर कार्य करण्याची दीर्घ परंपरा आहे. वारकरी, महानुभाव, लिंगायत, सुफी, शीख, शिवछत्रपतींचे स्वराज्य, स्वातंत्र्य लढा याचे ज्वलंत उदाहरण आहे. याचाच आदर्श घेऊन कार्य उभारणे क्रमप्राप्त आहे.

हजारो वर्ष मागे गेले तर तुम्हाला वर्णावर आधारीत विभाजीत समाज सापडणार नाही. हजार वर्ष जरी मागे गेलो तरी आजच्या बऱ्याचश्या जाती सापडणार नाहीत. दोन हजार वर्षे मागे गेलो तर आजचे बरेचसे धर्म, पंथ सापडणार नाहीत. सांगायची गोष्ट ऐवढीच आहे की देश,

काळ, वेळ, परिस्थिती गरजेनुसार जाती, धर्म, पंथ विभागणीच्या पध्दती तयार होत असतात व गरज संपली की लुप्त होत असतात. चिरंतन फक्त मानवता असते. लाख वर्षापूर्वी पण मानवता होती. आजपण आहे व हे जग टिकलं तर लाख वर्षांने पण ती असणार आहे. जर आपल्याला काही चिरंतन, शाश्वत करायचं असेल तर या मानवतेवरच आपलं लक्ष असावं लागणार आहे. आपला ज्ञात इतिहास जरी पाहिला तरी ही गोष्ट स्पष्ट होईल. वेद हे अतिशय मानवतावादी आहेत. भगवान बुद्धांचा मार्ग हा संपूर्ण मानवतेसाठी आहे. महाराष्ट्र तर या बाबतीत फारच सुदैवी आहे. इथे महानुभाव, वारकरी, लिंगायत, शिखांसारख्या मानवतावादी परंपरा घट्ट मूळे धरुन आहेत. पंढरीच्या वारीतली माणसे जात-पात-धर्म पाहात नसतात. बसवाण्णांची वचने मानवतेची प्रत्यक्ष शब्दमूर्ती आहेत. शिवछत्रपतींचे स्वराज्य हे या विचारांच महाकाय शिल्प आहे. भारताचा स्वातंत्रलढा हे अलीकडच्या काळातील याच उत्तुंग उदाहरण आहे. जेव्हा जेव्हा गरज भासते तेव्हा तेव्हा फूकाचे भेद बाजूला सारुन मानव म्हणून, भारतीय म्हणून, मराठी म्हणून आपण एकत्र येऊ शकतो. हे इतिहासात अनेकदा सिध्द झाले आहे. या घडीला गरज आहे ती एकीचे हेच दर्शन घडविण्याची.

अज्ञानासारखा महाभयंकर शत्रू नाही. सर्व दोषांचे मूळ कारण अज्ञान हेच असते. भगवान बुद्ध म्हणाले तू स्वत:चा दीपक हो. माझी सकलजनांना हीच विनंती आहे की, सुधारणेला सुरवात आपण स्वत:पासूनच केली पाहिजे. आपण सुधारत, आपला परिवार, समाज सुधारला पाहिजे. मायमराठीची लेकरे म्हणून एकत्र येऊन एक नुतन महाराष्ट्र घडवला पाहिजे. भारताला बलिष्ठ केले पाहिजे व यातून सकल विश्वाचे कल्याण केले पाहिजे. विश्वात्मक होण्याशिवाय सध्याच्या जगात

पर्याय नाही. हेच पसायदानाचे उद्दिष्ट आहे. पसायदान हे मराठभूमीत लिहीलं गेलं आहे व त्याच्या उद्दष्टांच्या परिपूर्तीला इथुनच सुरुवात होणे आवश्यक आहे.

आज भ्रष्टाचार, पापाचार, जातीवाद, पंथवाद, धर्मवाद, भाषावाद, प्रांतवाद, स्त्री-पुरुष भेदासारखे भस्मासूर थैमान घालत आहेत. राजकारण, समाजकारण, अर्थकारण, प्रशासन मलिन झाले आहे. पर्यावरण, धरणीमाय उध्वस्त झाली आहे. भारतीय समाज आपल्या परंपरांपासून दूर चालला आहे. महाराष्ट्राच्या एकीला, भारताच्या एकीला नजर लावण्याचा काळ्या शक्ती विचार करत आहेत. स्वातंत्र्यलढ्याच्या आदर्शांचे विस्मरण झाले आहे व धर्माला ग्लानी आली आहे. जनता जनार्दनच ही परिस्थिती आता सुधारु शकते व हे करण्यासाठी आपणास परत आपल्या मानवतावादी परंपरांकडे पाहिले पाहिजे. वेद, भगवान बुध्द, भगवान महावीर ते महानुभाव, वारकरी, लिंगायत, शिख सारख्या चळवळीचा इतिहास, भारताचा स्वातंत्र्यलढा व भारताचे संविधान असे उत्तुंग प्रकाशस्तंभ आपला मार्ग प्रज्वलित करण्यासाठी उपलब्ध आहेत. वाईट व्यक्तीवर नाही तर वाईट प्रवृत्तीवर, अज्ञानावर प्रहार हाच इथल्या चळवळीचा आत्मा राहिला आहे. नाचू कीर्तनाचे रंगी ज्ञानदीप लावू जगी हे इथले ब्रीदवाक्य आहे. आजच्या काळात याच आपल्या पूर्वजांच्या मार्गावर पुढे चालून या देशाचा पुरातन आत्मा जागवता आला पाहिजे. ज्ञानाचा प्रकाश सर्वत्र करुन अज्ञानावर, वाईट प्रवृत्तीवर विजय मिळवला पाहिजे. हेच आपल्या पिढीचे इतिकर्तव्य आहे. हाच सध्याचा महाराष्ट्र धर्म आहे.

ज्याप्रमाणे अंधार दूर करण्यासाठी कितीही मोठी तलवार आणून त्यावर वार केला तरीही काहीही होणार नाही. त्याचप्रमाणे जातपात, धर्म,

लिंग, भाषाधारित भेद–द्वेष, भ्रष्टाचार, पापाचार, अनैतिकता याविरुध्द कितीही मोठे कायदे, चळवळी केल्या तरी त्यांचे काहीही होणार नाही. कारण जात पात, पंथ, धर्म, लिंग, भाषा या आपल्या समस्या नाही आहेत. तर सैतानी ताकतींनी यांचा आधार घेऊन जो भेद, द्वेषाचा छळ रचला आहे, ती खरी समस्या आहे. एक छोटासा दिवा पेटवला तरी अंधकार लगेच दूर पळतो. त्याचप्रमाणे मानवतेची ज्योत आपल्या मनामनात प्रज्वलित केली तरी कोणत्याही आधारावर असणारा द्वेष, भेद, अनितीचा अंध:कार लगेच दूर होईल. एकदा मानवतेचा दिवा पेटलां की जात, पंथ, धर्म, भाषा, कायदे, प्रशासन हीच आपली बलस्थाने ठरतील. विविधता ही आपली ताकद आहे. जगण्याच्या लढाईत विविधता आपल्याला अधिक सक्षम बनवते. त्यामुळे विविधता संपवून आपल्या सर्वांना एकसमान बनवायचं नाही. तो मूर्खपणा ठरेल. तर या विविधतेत एकता पहायला शिकायचे आहे. आपल्यात इतिहासातील मानवतावादाचे धागेदोरे परत एकत्र करुन आपल्याला गुण्यागोविंदाने रहायला शिकायचं आहे.

भाषेबद्दल बोलायचं तर बाप ज्ञानेश्वराच्या मनात मराठीबद्दलचा जो सार्थ अभिमान आहे तोच शिरसावंद्य मानून मायमराठीबद्दल सार्थ अभिमान मी इथे व्यक्त करत आहे. मला पूर्ण जाण आहे की, मी जे काही लिहीत आहे ते केवळ आणि केवळ मराठीतच लिहिणं शक्य आहे. माझ्या मराठी भाषेचे जेवढे कौतूक करावे तेवढे थोडे आहे. अमृतासोबती पैजा जिंकणारी माझी मराठी अशीच वाढत, वृद्धींगत, समृद्ध होत राहो व सूर्य–चंद्र असेपर्यंत तिचा डंका भूतलावर वाजत राहो हीच ईश्वरचरणी प्रार्थना.

भाषा शैलीबद्दल सांगायचं तर, जन्म जरी लातूरचा असला तरी

महाराष्ट्राच्या सर्वच भागात वास्तव्य करण्याचा योग आल्यामुळे मराठीच्या सर्वच बोलींचा प्रभाव माझ्या लिखाणावर व भाषेवर निश्चितच असणार.मनात एक विचार केला होता तो कसा कागदावर उतरवावा हे काही स्पष्ट नव्हते. सुरवातीला गद्य प्रकारात लिहिण्यास सुरवात केली. काही पानानंतर आपोआप ओव्या कागदावर उतरु लागल्या. बहुदा लहानपणापासून अभंगवाणी ऐकल्याचा हा परिणाम असावा. अर्थ व्यक्त करण्याच्या अनुषंगाने जमेल तसे पद्य, गद्य व मुक्त ओवी प्रकारात हे लिखाण उतरले आहे. तसेच व्याकरणाच्या अनुषंगाने काही चुका राहून गेल्या असतील तर क्षमस्व! विचार व भावना प्रभावीपणे व समजेल असे व्यक्त करणे हाच लिहीतानाचा प्रमुख उद्देश आहे. एखादा मुद्दा पटवून देण्यासाठी काही बाबींचे उल्लेख वारंवार पुनरावृत्त होत असतील तर फक्त मुद्दा सुस्पष्ट करण्याची तळमळ म्हणून त्याकडे पहावे, ही वाचकांना विनंती.

जिभेवर रुळल्याप्रमाणे लिखाणातले उल्लेख पुरुषवचनी असले तरी ते लिंगसापेक्ष असेच समजावेत. प्रत्येक लिंगाच्या व्यक्तीला ते समप्रमाणात लागू आहेत. माझी अशी पूर्ण श्रद्धा आहे की, सांप्रतच्या काळात काही चांगला बदल घडवायचा असेल तर स्त्रीशक्तीची भूमीका महत्त्वाचीच नाही तर निर्णायक असणार आहे. त्याचप्रमाणे किन्नर तथा LGBTQ समूहाचे योगदान पण बहूमूल्य असणार आहे. लिखाण करताना सत्य शोधण्याची, न्यायाची प्रामाणिक तळमळ आहे. कोणत्याही व्यक्तीवर, समुहावर नाही तर फक्त आणि फक्त वाईट प्रवृत्तीवरच घाव घालण्यात आले आहेत. दुरितांचे तिमीर जावो, हे ज्ञानेश्वरांचे वाक्य प्रमाण मानुनच त्या अर्थाच्या अनुषंगाने हे लिखाण पहावे ही वाचकांना नम्र विनंती. तसेच महाराष्ट्र जेवढा स्वत: अनुभवला, चिंतिला तसा जास्तीत

जास्त समग्रपणे इथे उतरवण्याचा प्रयत्न केला आहे. काही गोष्टींचे, व्यक्तीचे, योगदानांचे उल्लेख राहिले असतील तर व्यक्तीगत मर्यादा म्हणून त्याबद्दल क्षमा करावे. समाजाबद्दल, राष्ट्राबद्दल, राज्याबद्दल लिखाण हे व्यक्तीपेक्षा पण सामुहिकपणे केले तर अधिक उत्तम. महाभारत हा ग्रंथ पण अनेक व्यक्तीनी भर घालत घालत परिपूर्णत्वास नेला अशी मान्यता आहे. या लिखाणाद्वारे काळाकडे, इतिहासाकडे, भारताकडे, महाराष्ट्राकडे बघण्याचा फक्त एक दृष्टीकोन दिला आहे. तो समग्र,परिपूर्ण आहे हे निश्चितच नाही. तर ही फक्त सुरुवात मानून समविचारी व्यक्तीनी ही प्रक्रिया पूढे नेत हा दृष्टीकोन अधिक प्रगल्भ, परिपूर्ण करण्याच्या प्रयत्नाला प्रारंभ झाला तर लेखक म्हणून मला फार आनंद होईल. शब्दांचे सामर्थ्य व उणीवा या दोन्ही बाबींची पूर्णपणे जाण मला आहे. मानवतावादाचा चष्मा व सकारात्मक भाव मनी घेऊन हे शब्द वाचकांनी स्वीकारावेत व चुकभूल माफ करावी हे मन:पूर्वक आर्जव.

कानडी असलेल्या दोन वाण्यांचे मराठी मनावर पूर्वापार गारूड आहे. एक पंढरीचा वाणी व दुसरा जेजुरीचा वाणी. त्याच लोकसंग्राहक परंपरांत वाढलेल्या, त्यावर विश्वास असणाऱ्या आणि मूलतः कानडी असणाऱ्या लातूरच्या या वाण्यालादेखील मराठी जनता प्रेमाने स्वीकारेल अशी सार्थ अपेक्षा व्यक्त करतो. मराठी माणूस व महाराष्ट्र बलशाली होवो व दिल्लीचेही तख्त राखण्याची, भारतमातेच्या रक्षणाची व विश्वाला कुटुंब बनवण्याची जबाबदारी सार्थपणे पार पाडो अशी ईश्वरचरणी प्रार्थना करतो.

❖❖❖

अध्याय १ - पूर्वजन्म

आदिबीज एकटेच होते. त्याला कंटाळवाणे वाटत होते. म्हणाला एकाचे अनेक होऊ. थोडासा रंगतदारपणा वाढेल. त्याचा विवेक बोलला, 'अरे बाबा एकटा जीव सदाशिव. एकटा आहेस, सुखी आहेस. निर्मिती आली की द्वंद्व आलं. अनेक होऊ पाहिलास म्हणजे अंधार-प्रकाश, ज्ञान-अज्ञान, दिवस-रात्र, सुख-दुःख, स्त्री-पुरुष अशी ध्रुवं तयार होऊन दुःखी, कष्टी होशील'. तो म्हटला 'होऊदे. जग म्हटलं की हा व्याप आलाच.' आदिबीज प्रथमपुरुष बनले. त्याचा यज्ञात बळी दिला गेला. दृश्य असणारी द्वंद्वात्मक सृष्टी तयार झाली. अनंताचा संसार सुरु झाला.

अज्ञानाचा काळाकुट्ट अंधार पिऊन कलीतत्त्व, खलतत्त्व जन्मले. सृष्टी उत्क्रांत होत होती. एका सुवर्णसमयी मानव भुतलावर अवतरला. ईश्वराने त्याला स्वतःच्या प्रतिमेनुसार बनवले होते. मानव ईश्वराच्या आणि अस्तित्वाच्या मूळ रुपाला जाणू शकणार होता. त्याच्या सर्व शक्ती त्यात उतरु शकणार होत्या. पण त्या काळ्याकुट्ट कलीतत्त्वाने घात केला. ते मानवातही अवतरले. ईश्वर ज्या मानवी हृदयात वसतो, तेथेच त्याने स्वतःला राहण्यासाठी एक भले मोठे छेद केले. ते छेद होते कधीच न मिटणाऱ्या हव्यासाचे, हवसेचे. संपूर्ण सृष्टी हे ईश्वराने मानवासाठी निर्माण केलेले नंदनवन. इथे सर्वच गोष्टींचे विपूलता. कमी कशाचीच नाही. ईश्वराचे स्मरण करत, या नंदनवनाचा उपभोग घेत मानव

सुखात राहील एवढीच अपेक्षा. प्रत्यक्षात झाले उलटच. कली म्हणाला, 'आता ही सृष्टी निर्माण झाली आहे. ईश्वराचे इथे काय काम? मानवाच्या हृदयातून त्याला हुसकावून लावावे व आपणच अनंतकाळापर्यंत मानवी हृदयावर राज्य करावे.' कली आपल्या मनसुब्यांना आकार देवू लागला. हव्यासाचे, कधीच न मिटणाऱ्या वासनांचे विवर मोठे करण्यास त्याने सुरुवात केली. हळूहळू मानव हव्यासी बनला. ईश्वराला विसरु लागला. कधीच न मिटणाऱ्या इच्छा पूर्ण करण्याच्या नादामध्ये त्याने स्वत:चे, परिजनांचे व संपूर्ण सृष्टीतील जीवन दु:खी, कष्टी केले. वासनेच्या आगीने मानवाचा घात केला. नंदनवनाचा नरक झाला.

'तुझे आहे तुझपाशी, परी तु जागा चुकलाशी' हे साधे सत्य. पण मानवाला ते कोण सांगणार? स्वत:च्या लेकरांचे हाल बघून ईश्वर तळमळू लागला. मग त्याने सत्य, सनातन अशी देवभूमी भारत वसविली. शाश्वत सत्याचे ज्ञान असणारे अनेक दिव्य पुरुष तेथे पाठवले. मानवाला अधिक सुरक्षितता मिळावी म्हणून समाज निर्मिला. उपजिवीका सुकर व्हावी म्हणून अर्थकारण निर्माण केले. नितीचे ज्ञान देण्यासाठी धर्म व मानवी समाजाच्या सर्व व्यवहारांना दिशा देण्यासाठी राजसत्ता निर्मिली.

कली चडफडला. म्हणाला,'अज्ञानाचा अंधार पसरवेन, भारतभुमीचा प्रकाश हरेन. भ्रमाचे जाळ टाकेन, धर्माद्वारे पाखंड पसरवीन. मानवी समाजाभोवती रेशमी कीड्यागत कोष बनवेन. भेदाभेद पसरवीन, दुफळी माजवेन. मानवाला निसर्गा पासून वेगळे पाडीन. अर्थकारणाव्दारे अनर्थ पसरवीन. निसर्गाचे व मानवांचे शोषण वृध्दिंगत करेन. राजसिंहासनावर माझे बगलबच्चे बसवून मानवाला दिशाहीन करेन.'

आणि तेंव्हापासून अनंत युगे आली-गेली. अंधार-प्रकाशाचे, सत्य-असत्याचे हे युध्द सृष्टीत अव्याहतपणे सुरु आहे. भारतभुमी हे ईश्वराचे कार्यक्षेत्र. अनंत काळापासून धर्माची ध्वजा उंचावत ठेवणारे दिव्य अवतार, साधू पुरुष, पराक्रमी राजे, महाराजे, सुधारक येथे येत राहिले आहेत. संपूर्ण पृथ्वीतलावर सत्य व ज्ञानाच्या प्रकाशाची गंगा भारतापासून प्रवाहित होत राहीली आहे. त्याच कारणामुळे कलीराक्षसाच्या मनात भारतभूमी बद्दल विशेष द्वेष भरुन राहीला आहे. भारतातील सत्य-सनातन प्रकाश मिटवण्यासाठी येथे कली अनेक खलपुरुष अनादी काळापासून तयार करीत आला आहे. सत्ययुगामध्ये हिरण्यकश्यपू सारखा महाभयानक राक्षस कलीने निर्माण केला. त्याला संपविण्यासाठी भगवान नारायणाने नृसिंह अवतार धारण केला.

त्याचप्रमाणे त्रेतायुगाच्या शेवटी रावणासारखा महाबलशाली राक्षस प्रकटला. त्याचा अंत करण्यासाठी श्रीहरी स्वत: प्रभुरामचंद्र म्हणून अवतरले. रावणाचा अंत झाल्यावर राजा रामचंद्राच्या राज्यभिषेकासाठी एक दिव्य सिंहासन स्वत: ब्रह्मदेवाच्या आज्ञेने तयार झाले. आणि इथेच आपल्या कहाणीचे बीज पडले. संपूर्ण ब्रह्मांडातील ती सर्वात मौल्यवान वस्तु ठरली. ते दिव्य, अतिसुंदर, प्रकाशमान सिंहासन प्रतिक होते संपूर्ण पृथ्वीच्या एकछत्री अंमलाचे. संपूर्ण सत्यवान व न्यायवादी असा महापराक्रमी, महाबलशाली व महाज्ञानी पुरुष जो संपूर्ण पृथ्वीवर सत्य व न्यायाची प्रस्थापना करतो तोच श्रीसह या सिंहासनावर बसण्याचा उत्तराधिकारी ठरतो. मानवजातीसाठी ब्रह्मदेवाने दिलेले हे अमूल्य वरदान होते. स्वत: प्रभू रामचंद्रांनी याच सिंहासनावर बसून रामराज्याचा आदर्श

निर्माण केला.

निर्माण झाल्यापासून कलीराक्षसाची या सिंहासनावर नजर आहे. सीतेबद्दल संशय निर्माण करुन स्वत: प्रभु रामचंद्राना त्या सिंहासनावरुन हटवण्याचा त्याने कट रचला. त्यावर बसून मानवजातीवर काळाच्या अंतापर्यंत राज्य करण्याचे कलीचे स्वप्न आहे.

मानव समाजात अज्ञान, भ्रम पसरवून व विविध भेदांचा गैरवापर करुन, दुफळी माजवून कोणीही मानव या सिंहासनावर बसू नये याची काळजी कलीराक्षस स्वत: घेत आला आहे. कली जरी अदृश्यपणे राहत असला तरी जेंव्हा सत्य व ज्ञानाचा प्रकाश पूर्णपणे नाहीसा होईल, तेंव्हा दृश्य स्वरुपात येऊन स्वत:ला ईश्वर घोषित करणे हाच त्याचा मनसुबा आहे. याच दिवसासाठी त्याची नजर या दिव्य सिंहासनावर खिळून राहिली आहे.

हे सिंहासन जरी होते ब्रह्मदेवाचे वरदान तरी ते शापच अधिक ठरले. त्यातून प्राप्त होणारी सत्ता, वैभव, अमर्याद असले तरी त्यासाठीची तपस्यासुद्धा अतिकठोर अशीच. प्रभु रामचंद्रानंतर कोणीही या सिंहासनावर बसू शकले नाही. आणि त्यांना पण सितेसारखा प्रचंड त्याग करुनच ते टिकवता आले. प्रभु रामचंद्रांनंतर योगेश्वर भगवान श्रीकृष्ण त्या योग्यतेचे होते. पण त्यांनीही परिस्थीती ओळखून राजपद न घेताच आपली लीला पूर्ण केली. त्यानंतर आले ते भगवान गौतम बुद्ध. ते संपूर्ण पृथ्वीचे चक्रवर्ती सम्राट होऊन या दिव्य सिंहासनावर बसतील अशी भविष्यवाणी होती. मात्र अधिकार डावलून, हाती भिक्षापात्र घेऊनच मानव जातीला त्यांनी मुक्तीच्या मार्गावर नेले.

यासम महापुरुष या दैवी सिंहासनावर बसू शकले नाहीत, मग इतरांची काय अवस्था. ज्यांनी-ज्यांनी या सिंहासनाची आशा धरली, त्यांना-त्यांना अग्नीदिव्य पार करावे लागले. कोणीही एतद्देशीय वा बाहेरुन भारतात आलेला या परिक्षेत उत्तीर्ण होऊ शकला नाही.

महाभारताच्या महायुध्दातील संहारानंतर भारतातून कौरव तसेच इतर राजांचे वंशज बाहेर पडून पृथ्वीवर इतस्त: विखुरले. स्थानिक जमातींसोबत त्यांचा मिलाप होवून आशिया, युरोप व आफ्रिका खंडात अनेक नवनवीन लोकांचा, राष्ट्रांचा उदय झाला. याच प्रक्रियेतून इजिप्त, इराण, ग्रीकांसारखी महान साम्राज्ये उभी राहिली. या सर्वच लोकांना मातृभूमी-देवभूमी भारत, तिच्या परंपरा व संस्कृतीचे गुढ आकर्षण राहिले आहे. व त्यांच्या योद्धयांना भारतावर राज्य करण्याचे स्वप्न पडत आले आहे. भारतात असलेले राजा रामचंद्राचे दिव्य सिंहासन हस्तगत करुन संपूर्ण पृथ्वीवर एकछत्री अंमल स्थापन करण्याचे स्वप्न अनेक वीरांनी पाहिले.

प्राप्त इतिहासातील नोंदींनुसार पहिल्या पर्शियन साम्राज्याचा संस्थापक सायरस महान याने हे स्वप्न पाहिले. त्याने भारतावर आक्रमण केले. मात्र सिंधू नदीच्या खोऱ्याच्या पुढे तो जाऊ शकला नाही. ग्रीक साम्राज्यातील वीर योद्धा अलेक्झांडरचेसुद्धा हेच स्वप्न होते. भारतावर अधिपत्य स्थापून, ते दिव्य सिंहासन हस्तगत करुन त्याला जगज्जेता बनायचे होते. पर्शियन साम्राज्याची इमारत उद्ध्वस्त करुन तो भारताकडे निघाला. मात्र सिंधू नदी पार करु शकला नाही. वयाच्या अवघ्या बत्तीसाव्या वर्षी जग सोडून तो निघून गेला. विचारधारा असो वा

आक्रमक सैन्य, सिंधू नदी पार करुन भारतात जम बसवणे हे महाकठीण काम राहिले आहे. ज्यांना ईश्वराने काहीतरी महान कार्य दिले आहे, असेच लोक,विचार देवभूमी भारतात येऊन आपले कार्य करु शकले आहेत. कली सैतानाला याचा आनंदच आहे. त्याला वाटते कि मानवांची सर्व ऊर्जा अशीच संपून जाईल व तो एकदिवस या सिंहासनाचा, पृथ्वीचा अनभिषिक्त सम्राट बनेल. अंधाराचा बादशहा कली मानवांच्या या प्रयत्नांकडे बघून कुत्सितपणे हसतो.

अरे मुर्ख मानवांनो करा प्रयत्न तुम्ही

बसणार तर मीच त्या सिंहासनी

भ्रमाचे जाळे अजब कलीयुगाचे

तुम्हा बापुड्यांना नाही ते गणित जमायचे

भविष्य हे केवळ माझेच.. हा.. हा.. हा..

महाभारत युध्दानंतर काही वर्षांनी योगेश्वर भगवान श्रीकृष्णांनी पृथ्वीलोक सोडला. त्या घटनेबरोबरच द्वापार युग समाप्त होऊन कलीयुगाची सुरवात झाली. कलीसैतानाने मानव जातीला आपल्या जाळ्यात ओढले. देशोदेशी मानवसमाज संकटात सापडला. दया येऊन ईश्वराने देशोदेशी आपले दूत पाठवले. देवभुमी भारतात विद्यमान असलेला सनातन सत्याचा प्रकाश देशोदेशी पसरु लागला. आशियाच्या पश्चिम भागात महान दूत अब्राहम अवतरले. त्यांच्याच परंपरेत ज्यू, ख्रिश्चन व इस्लाम सारख्या महान उपासना पध्दती निर्माण झाल्या. देवपुत्र येशू ख्रिस्ताने लोकांना प्रेमाचा महान संदेश दिला तर प्रेषीत मोहम्मद

पैगंबरांनी समता व बंधूभावाचा.

सातव्या शतकात अरबस्तानात निर्माण झालेला इस्लाम देवभूमी भारताच्या अधिक निकट. इस्लामच्या अनुयायांनी अल्पावधीत जगावर वर्चस्व निर्माण केले. आता ओढ होती ती भारतातल्या त्या दिव्य सिंहासनाची. पृथ्वीवरच्या एकछत्री अंमलाची. भारतीय परंपरांनुसार पश्चिम आशियातील लोक म्हणजे महान राजा ययातीचा पुत्र तूर्वसूचे वंशज. दिल्लीच्या गादीचा मोह त्यांना आधीपासूनच. अरबांनी सिंध प्रांत ताब्यात घेतला, मात्र ते तेथेच थाबले. बारावे शतक सुरु होते. भारतातला ग्लानी आली होती.लोक साधा, सोपा धर्म विसरुन कर्मकांडाच्या कचाट्यात अडकले होते. उच्च-नीच भाव सर्वत्र होता. छोटी छोटी राज्ये आपआपसात लढाया करुन शक्ती जिरवत होते. कलीचा फास आवळला जाऊन दिव्य भारतभूमीतच अंधार पसरु लागला होता.

तूर्क वंशाचा बोलबाला पश्चिम आशियात सर्वत्र होता. इस्लामने त्यांना शहाणे करुन त्यांच्यात एकी निर्माण केली होती. तूर्वसूच्या या वंशजांना आता दिल्ली खुणावू लागली होती. अफगाणिस्तानात घोर हे तूर्की राजघराणे बुलंद होते. घोर सुलतान मोहम्मद घौरी दरबारात घोषणा करत म्हणाला–

दिवस हरतरफ इस्लामच्या बुलंद आवाजाचे

आता त्याला चार चांद लावायचे

पाकभुमी हिंदुस्थानला ताब्यात घ्यायचे

दिव्य तख्त हासिल करायचे

सर काटायचे सैतानाचे

राज्य स्थापायचे अल्लाहच्या जनांचे

युध्द आता ते लढायचे

काही काळातच घौरीचे घोडे गंगा-यमुनेचे पाणी पिऊ लागले. मोहम्मदला कळले की ते दिव्य सिंहासन काशीनगरीत विश्वनाथाच्या मंदिरात आहे. ते हासिल करण्याकामी आपला कर्तबगार गुलाम कुतूबुद्दीन ऐबकला फार मोठ्या फौजफाट्यासह त्याने काशीला रवाना केले. काशी संकटात सापडली. रक्षा कोण करणार याची चिंता काशीराजाला पडली. पहिले नाव आठवले ते देवगिरी समाट कर्णाचे.

देवगिरीचे यादव साम्राज्य जणू पोर्णिमेचा चंद्र

वैभव पाहुनी मोहात पडे खुद्द स्वर्गलोकीचा इंद्र

देवगिरी नगर भव्य, मनमोहक, सुंदर

महाराज कर्ण अतिधुरंधर

विंध्य ओलांडून दूत दक्षिणदेशी आला

कर्ण दरबारात सन्मानाने हजर झाला

'हे चंद्रभुषण महाराज काशी राजाचा संदेश तुमच्याप्रती

रक्षण महादेवाच्या नगरीचे आता तुमच्या हाती'

बातमी ऐकताच महाराज कर्ण जागेवर उभे राहिले. आपला परमप्रिय पुत्र युवराज सदाशिवास म्हणाले,' शौर्य, निष्ठा व शिवभक्ती सिध्द करण्याची अशी संधी पुन्हा येणार नाही सदाशिवा. पराक्रम गाजवून

अखंड तेवत ठेवावा काशीचा दिवा.’

देखणा, राजबिंडा, पराक्रमी, बलशाली असा राजपुत्र

प्रिय प्रजेस, आप्तस्वकीयांना सदाशिव यादव सुपूत्र

घेऊनी विशाल यादवसेना झाला गंगेकडे रवाना

करुनी घेराबंदी काशीनगरीची केली विश्वनाथाची प्रार्थना

काशीत भक्त कमी सैन्य अधिक जाहले. चिंतेचे ढग दाहिदिशात दाटले. सदाशिवास पाहुन काशीराज आश्वस्त झाला. मात्र दोन्ही बाजू तूल्यबळ, अंदाज न येई कोणाला. एकीकडे रांगडे तूर्क घोडेस्वारीत पारंगत, श्रद्धा इस्लामची, कुतूबूद्दीन कसलेला सेनानायक. दुसरीकडे विशाल अशी यादवसेना, परमशिवभक्त सदाशिव दृढ निर्धार करुनी उतरला मैदाना. दोन्ही बाजूस लागल्या दोन छावण्या, एकमेकांच्या ताकदीचा अंदाज दोघांना लागेना.

एकदा सदाशिव महामंत्र्यास म्हणाला, ‘मी पहिल्यांदा पाहिले इस्लामच्या जनतेला. प्रभावित झालो पाहून तयांच्या ईश्वरनिष्ठेला. रोज पाचदा प्रार्थना करताना दिसले मला. दानधर्म, जकात, रोज्यांचा नियम पण मी जाणिला. हात जोडून नमन समता, बंधूभावाच्या तत्त्वाला. सभ्य, धर्मपालक वाटतात ते मला. का बरे धोका पोचवतील पवित्र काशीला.’ महामंत्री चार अनुभवाचे बोल बोलले युवराजाला, ‘गृहीत धरुन गाफील राहणे हे न शोभे योध्याला. विश्वाचा बादशहा व्हायचे स्वप्न पडले मोहम्मद घौरीला. त्यापोटी राजा रामचंद्राचे दिव्य सिंहासन घेण्यासाठी सैन्य पाठवले काशीनगरीला. युध्दात व प्रेमात सर्व माफ असते स्मरा या

उक्तीला. इस्लाम जरी महान उपासनापध्दती, तरी ओळख नाही या देशाच्या चालीरितीची. मूर्तीपूजा न चाले तयांला. धर्म, तत्त्वे याचे काय देणेघेणे सेनेला. बरेचसे सरदार सैनिक लुटीच्या आशेने आले असतील लढाईला. तेव्हा काय उत्पात माजेल याचा अंदाज ठेवा मनाला. धार लावून ठेवावी तलवारीला. सुसज्ज ठेवावे सैन्य युध्दाला.'

असेच आखाडे बांधण्याचे काम चालू होते दुसऱ्या बाजूला. सल्लागार कुतूबुद्दीनचा त्याला म्हणाला, 'हुजूर, बहूत दूर आणले आपण सैन्याला, समोर विशाल यादवसेना तयार जंग लढायला, परत फिरणेच अधिक फायद्याचे राहिल आपल्याला. शेवटी आपली मर्जी मान्य आम्हाला.' शब्द ऐकून काजवे चमकले कुतूबुद्दीनाच्या दृष्टीला. इस्लामचा महान योद्धा म्हणून लोक ओळखत होती त्याला. इस्लाम त्याने हृदयातून जाणला. कधीच कसूर केली नाही त्याची तत्त्वे पाळायला. तो नमाज कधीच न चुकला. कधीच नजरेस नजर दिली नाही परस्त्रीला. आयुष्यात कधीच न स्पर्शिले मद्याला. कधीच अपशब्द न आणला वाणीला. असा कुतूबुद्दीन तडफडीने उत्तरला. 'कलमबहाद्दरांची तूमची भाषा, शोभायची नाही इस्लामच्या फौजेला. ज्या मुसलमानांनी पालथे घातले इजिप्त, इराण, रोमसारख्या साम्राज्यांला, ते काय असेच परतायला आले काशीला? परिस्थिती कधीच अनुकूल नव्हती आम्हाला, न ऐकले साधनसंपत्तीच्या मुबलकतेला. मानतो फक्त पैगंबरांनी दाखविल्या मार्गाला. ईस्लामची असीम निष्ठा, बंधूभाव, मनगटाची ताकद काफी आहे युध्द जिंकायला. आणि घाबरायचे तरी कोणाला? त्या विभाजीत हिंदूला? ज्यांचा सामान्य विवेक नष्ट झाला. बघ त्या नदीपलीकडच्या

हजार चुलीला, प्रत्येक जात वेगवेगळे शिजवते अन्नाला. बेटी सोडून दे एकमेकांची रोटी पण चालत नाही त्यांला. विवेकहीनपणे ते पाळतात उच्च–नीच पणाला, अस्पृश्यतेला. कधीच एकत्र बसत नाहीत प्रार्थनेला. काय असे गलितगात्र लोक उतरतील लढाईला. लिहून घे माझ्या शब्दाला. यापूढे हजार वर्ष ईस्लामचा परचम फडकेल हिंदुस्थानाला. एकीचे बळ लागते लढाई जिंकायला. ईस्लामने एकत्र केले जनाला. राजा–रंक मांडीला मांडी लावून बसतात अल्लाहच्या प्रार्थनेला. लाख सलाम पैगंबरांना ज्यांनी समता, बंधूभाव शिकवला. जिंकायचा निर्धार करुनच उतरु मैदानाला. विश्वाचे सिंहासन मिळवायचे आहे आपल्याला.'

ऐकूनी कुतूबुद्दीनच्या जाँबाज शब्दाला, सेना पेटून उठली युध्दाला. लढाईचा दिवस ठरला. यादव, तूर्क सेना भिडली एकमेकाला. हर हर महादेव, अल्लाह हू अकबरचा नारा घुमला. तलवारी भिडल्या, रक्त सांडले, प्रहर सरले. सूर्य कलला तरी विजयश्री न मिळे कोणा पक्षाला. परमेश्वराचा तो आदेश आला. पवित्र ध्वनी अवकाशात घूमला. सर्व सच्चा हिंदू–मुसलमानांनी तो आवाज ऐकला. ध्वनी ऐकू गेला कुतूबुद्दीन, सदाशिवाला

सर्व मानव माझी लेकरे

हिंदू असा की मुसलमान

सर्व मम प्रिय समान

लढाया सोडा एकत्र या

हिंदू, मुसलमान, सर्व उपासनापध्दती, जाती-जमाती
पाच बोटे तुम्ही एकाच हाताची
एकीची ती वज्रमूठ करा तयार
मग घाव घाला त्या कली सैतानावर
जो करत आहे सर्व तमाशा
उतरवून टाका त्याची नशा
मग इथेच तो स्वर्ग अवतरेल
ते सुख महान
एकत्र या मानवांनो
मगच मिळेल जन्नत
मगच प्राप्त होईल निर्वाण

सदाशिव, कुतूबुद्दीनला परमेश्वर, अल्लाहचा तो संदेश समजला. हिंदू-मुसलमानांच्या परस्पर सहकार्यानेच मानव प्राप्त करेल दिव्य सिंहासनाला. सर्व उपासना पध्दतींच्या सहकार्यानेच, एकजुटीनेच स्वर्ग अवतरेल भूमंडळाला. आपसांत लढल्याने मानव गुलाम होऊन सैतान बसणार आहे मानगुटीला. खूनी लढाई थांबवण्यात आली. गळाभेट दोन योदूध्यांची झाली. परस्परांची मैत्री जमली. सेना शांतीने मागे फिरली. पुढे कुतूबुद्दीन दिल्लीचा सुलतान झाला. सदाशिव मात्र वेगळ्या मार्गाने गेला. पाहून सूर एकीचा कलीसैतान चडफडला. म्हणे एक होऊ न देईन हिंदू-मुसलमानाला. परस्परांच्या रक्ताची तहान लावेन उभयंतांना.

खेळू लागला तो फोडा व राज्य कराच्या चालीला.

काशीवरचा आघात टळला. सगळीकडे हर्ष पसरला. मंदिर, घाट परत फुलले भाविकांनी, वातावरण पवित्र मंत्रोच्चारांनी. काशीराजाची अंबिका नावाची कन्या शालीन, सुंदर, गुणी. रणरागिनी जणू शिवाची भवानी. सदाशिवाच्या सन्मानार्थ काशीराजाने दरबार भरविला. आपली प्रिय एकूलती एक कन्या विवाहात देऊ केली तयाला. स्वर्गात बांधल्या जातात रेशीमगाठी. मानव, घटना केवळ निमित्तमात्र होती. ढोल, ताशे, नगारे वाजले. अंबिकेचे सदाशिवाशी नाते जडले..

मुख्य पुरोहित काशीराजास बोलले,'महाराज सूर्य-चंद्रवंशाचा आपसांत विवाह हा शुभसंकेत जाहला. या संगमातून आरंभ होईल नवयुगनिर्मितीला. पिढ्यानपिढ्या आपण सांभाळले राजा रामचंद्राच्या सिंहासनाला, आता सुरक्षित नसे ते या भूमीला. अंबिका-सदाशिवा समवेत पाठवावे ते दक्षिण देशाला.' काशीराजांनी सल्ला मानिला. सदाशिव अंबिकेस नेले गुप्त तहखान्याला. पवित्र मंत्रध्वनी उच्चारला. आदेश मानून द्वाराचा मार्ग खूला झाला. आतून दिव्य सिंहासनाचा तेज:पूंज सूर्य प्रकटला. जयाची आभा व्यापे भूमंडळाला. निरखती सर्व दिव्य, तेजपूंज, अतिलोभस सिंहासनाला. स्वत: राजा रामचंद्राचा स्पर्श ज्याला झाला, काय वर्णावे विश्वाच्या अखंड, सार्वभौम राज्याच्या प्रतिकाला. शब्द कमी पडे तयाचे गुण गायला.

अंबिका सदाशिव स्वीकारती आव्हानाला. अतिगुप्तपणे सिंहासनराज दक्षिणदेशी अवतरला. देवगिरीत दीपोत्सव झाला. विजयी सेना, वीरपूत्र पत्नी अंबिकेसह परतला. राजा रामचंद्राचा विश्व

सिंहासनाचा वारसा देवगिरीच्या अधीन झाला.

महाराज-महाराणीचा आनंद मावेना गगनात. बोलती शुभशब्द ते स्वपूत्रास, 'देवगिरीचा उत्तराधिकारी शोभतोस तू आज. अंबिकेसह ग्रहण करावे आता देवगिरीच्या राजपदास. उभे विश्व कवेत घेऊनी बैसावे विश्वसिंहासनपदास. मुक्त करावे सर्व जबाबदाऱ्यातून आम्हास. सदाशिवा, पूर्ण करावे माता-पित्याच्या मनोरथास.' सदाशिव बोले मस्तक झूकवूनी माता-पित्यांच्या चरणावर, 'तूम्ही उभयंतच माजे ईश्वर. तरी योग्यता नसे माझी बैसण्यास देवगिरीच्या राजपदावर. विश्वसिंहासन जरी वाटे सूखकर, वाट तयाची अतिखडतर. काळराक्षस तो कली भयंकर. विश्वसिंहासनावर टपूनी बसला नजर. भ्रमाचे जाळ फेकूनी मानवांवर, दुफळी, भेद, भ्रष्टाचार, युध्दाचे ढग पसरवतो दाही दिशांवर. बसू न देईल सैतान मानवपुत्रास सुखाने सिंहासनावर. बहू तपस्या करावी लागेल त्याखातर. बलिदान विश्वात्मक देवाच्या चरणांवर. कलीचा काळोख संपवावा लागेल पृथ्वीलोकावर. मगच सत्य, न्याय, ज्ञानाचा सूर्य उगवेल क्षितीजावर. तेंव्हाच मानवाचा पूत्र बसू शकेल सुखाने विश्वसिंहासनावर.

हे आमचे ध्येय आणि हीच आमची वाट. आम्ही निघालो सत्य, न्याय, ज्ञानाच्या शोधार्थ. चालाया राम-कृष्ण-बुध्दाच्या मार्गास. हे माता-पिता आम्हास आज्ञा द्यावी पडिलो तवचरणांस.'

पूत्राचे मन कळले मातापित्याला. हृदयावर दगड ठेवूनी दिली संमती त्याच्या दिव्य कार्याला. आवाहन केले देवशिल्पी विश्वकर्म्याला. भव्य गडकोट उभारिला. स्थापिले भवानी मंदिराला. तवगुप्त अंतरंगात,

अभेद्य नागपाशात ठेविले विश्वसिंहासनाला. प्राप्त केले मातापित्याच्या आशिर्वादाला. सदाशिव अंबिका निघाले समाजउद्धाराच्या कार्याला.

पती-पत्नी निघाले विंध्याचलासी. समर्पित व्हाया गुरु भार्गवाच्या चरणकमलासी, 'गुरुवर आमचे सर्वस्व आता समर्पित करतो तुम्हासी. तुम्ही काळ जाणता, धर्म जाणता, जाणावे आमच्या अंतरंगासी. करावे मार्गदर्शन पार कराया भवसागरासी.'

जाणूनी उभयंताचे वर्तमान, मुनीवर्य बोलले महान, 'विश्वसिंहासनाचे तुम्ही उत्तराधिकारी जन. फिरत आहात सत्य, न्याय, ज्ञानाच्या शोधार्थ हरुनी भूक तहान. घ्यावया कली राक्षसाचे प्राण. करावया मानवजातीचे कल्याण. जरी न स्वीकारले तुम्ही राजसिंहासन, तरी देवगिरीत रहावे निवास करुन. करावे गृहस्थाश्रमाचे पालन. धर्म पाळावा सत्कर्मान, वंश वाढवावा जोमान. करावे भारत भ्रमण. मऱ्हाटदेशी यावे परतून. सामील व्हावे ईश्वरदूतांच्या कार्यात समर्पणानं.'

पती-पत्नी नतमस्तक गुरुचरणासी. कोरिले गुरुवचन ह्दयासी, निघाले देवगिरीनगरासी. लागले माता पित्याच्या सेवेसी. दोघे रत धर्मपालनासी. अपत्ये उत्तम प्राप्त झाली त्या फळासी. मग सुरु केले भारतभ्रमणासी. जाणावया प्रांत, जनमनासी, जनमाणसाशी. बहू फिरले तीर्थे, नगर,गावांसी. कळली दारुण परिस्थिती समाजाची. रात्र काळोखी कलीसैतानाची. मगरमिठी सर्वत्र अज्ञानाची. बुडती, मरती सामान्यजन देखवेना डोळ्यांसी. भारत देशास घालूनी प्रदक्षिणा परतले मऱ्हाटमुलखासी. स्मरण केले गुरुवचनांसी. शोधले ईश्वर दुतांसी. सामील व्हाया तव कार्यासी.

मऱ्हाटदेश ही संगम भूमी. वाहती अखंड ज्ञानाच्या वाहिनी. उत्तर दक्षिण पूर्व पश्चिमेतूनी. झाले नंदनवन कणखर, राकट देशाचे ज्ञानसिंचनातूनी. यादव कानडी राजघराणे, रंगूनी गेले मऱ्हाटप्रेमाने. उभारिले मऱ्हाटीचे ऐसे भव्य लेणे, महती जयाची त्रिलोक जाणे. कानडी-मराठी सख्या भगिनी. वाढती हातात हात घालूनी. कानडा खंडोबा, कानडा विठ्ठल, दोघे मऱ्हाटप्रेमात मश्गुल. सुखाने नांदती मऱ्हाट मुलखासी, म्हाळसा-बानाई, रखुमाई सोबती.

अशा या पवित्र मुलूखावर, अंबिका सदाशिव शोधीती मुक्तीचा वर. प्रथम भेटले ते श्री. बसवेश्वर, मंगळवेढ्याच्या पवित्र भूमीवर. पेटविले शिवतत्त्वाचे तेज प्रखर, समाज समता, बंधूभावाच्या मार्गावर, घातला घाव कलीकाळावर. लिंगायत विचार दिला सत्त्वर, मग गाठले कल्याणनगर. अनुभव मंडप स्थापिला क्रांतीकारी, अठरापगड जाती सामील त्यावरी. शरण-शरणींचा सर्वत्र वावर, भेदाभेद आपटला खडकावर, भर मानवजातीच्या ऐक्यावर, कायकाच्या महानतेवर, ओढले कोरडे शब्द कर्मकांडावर, स्त्रीमुक्तीचे गाण दाही दिशांवर. धर्माची गंगा मोकळी वाहिली, सामान्यांच्या सुवर्णयुगाची नांदी झाली, कल्याणात क्रांती झाली, ब्राह्मणकन्या चांभारपुत्रास दिली. भेदभावाची होळी केली, बसवाण्णांनी न्याय-समतेची गुढी उभारली.

पाहूनी बसवाण्णांचे कार्य युगोत्तर, सदाशिव अंबिका भाळले तयांवर. शरण गेले त्यांच्या चरणांवर, झोकून दिले तव महान कार्यावर.

मग भेटले श्री. चक्रधरांसी, मार्ग मानवमुक्तीचा सुकर केला ज्यांनी. जन्म जरी गुजरातदेसी, बहूत सेवा केली मायमऱ्हाटीची. कार्याचा

श्रीगणेशा वऱ्हाडदेशी, गंगा वाहती झाली समतेची. प्राप्त केले यादव राजाश्रयासी, उभे भव्य महानुभाव देवालयासी, निवास पंच परमेश्वराचा मऱ्हाटदेशासी.

आता महाराष्ट्रास भाग्यलक्ष्मी फळली, निवृत्तीनाथ, ज्ञानदेव, सोपानासह मुक्ताबाई प्रकटली. चौघा भावडांनी किमया केली, ब्रह्मज्ञानाची नवसंजीवनी मऱ्हाटदेशास दिली. ऐसी अक्षरे रसिके मेळविली, मायमऱ्हाटीत गीताज्ञानाची पंगत घातली. विठ्ठल नामाची गंगा वाहती झाली, वारी पंढरीची बहरली. भागवत धर्माची मुहूर्तमेढ रोविली, स्वकार्यातून.

मऱ्हाटदेश पुरोगामी भूमी, मानवतावादाची जननी. मशागत केली बौध्द, जैन, नाथपंथीयांनी, बीज पडले अस्सलखणी. लिंगायत, महानुभाव, वारकरी, जन फोफावले जोमानी. सत्य, न्याय, ज्ञानाची गंगा वाहते चहूबाजूंनी. पाहूनी पवित्र पावन मऱ्हाटभूमी. सदाशिव अंबिका गेले संतोषूनी.

पण मान्य नव्हते हे कलीकाळाला. मानव मुक्तीचे गान गायला. चडफडला तो जळफळला, हलाहल विष फेकले भारतदेशाला. कलीमस्तकात सैतानी कीडा वळवळला, बोलू लागे जहाल शब्दाला, 'अरे काय घडे हे भारतदेशाला? सैतानाचा शत्रू मुसलमान इथे आला. संत महात्मे शिकवू लागले मानवतेला. मुसलमानांस जर सत्य सनातन प्रकाश कळला, भारतीयांनी जर अंगिकारले बंधूभावाला, जाती-पातीचा भेद जर मिटला, हिंदू-मुसलमानांचा हात हातात आला, तर डाव तूझा मोडला. काळ तुझा समज संपला. थांबव या मुक्तीप्रवाहाला. नाहीतर अंत तुझा

निश्चित झाला.'

भर सभेत कली दहाडला. आज्ञा दिली हस्तकांला, 'पसरवा भ्रमजाळाला, माजवा अज्ञान, काळोखाला. पेरा भेद विषाला. विझवा देवगिरीच्या दिव्याला. पायबंद घाला सदाशिव-अंबिकेला. फक्त छळ येऊ द्या संत महात्म्याच्या वाट्याला. तुरंत थांबवा नवनिर्मितीच्या गीताला.'

जत्था हस्तकांचा तुटून पडला. जीणे मुश्किल झाले मानवाला. सज्जन ते पाठवले वनवासाला. कल्याणक्रांतीचा डाव मोडिला. महानुभवांचा मार्ग बिकट केला. बाप ज्ञानेश्वर अल्पवयात समाधिस्त झाला. जागृत केले अल्लाउद्दीनच्या महत्वकांक्षेला. म्हणे विश्वसिंहासन मिळेल तुजला. देवगिरीचा दिवा विझवला. सर्वत्र फक्त अंधार मातला.

जाती-पातीचा भेद मिटेना. हिंदू-मुसलमान तिढा सुटेना. मानवजातीला मार्ग मिळेना. न फूटे कुणा हुंकार. सर्वत्र कलीकाळाचा हाहाकार. कली सैतान मजा पाहे. मानवपुत्राच्या दुःखाला न राहिला पारावार.

होत्याचे नव्हते झाले. सदाशिव अंबिकेचे डोळे अंधारले. तव गुरु भार्गव शरणांस गेले, 'कलीकाळाने घात हा केला. संत महात्म्यांचा छळ घडविला. देवगिरीचा दिवा विझविला. आता डोळ्यापूढे अंधार. मुनीश्रेष्ठ तुम्हीच आम्हा आधार.

मानवजाचीचा घात तो झाला. सत्य, न्यायाचा दिवाही विझला. विश्व सिंहासनास कोणी वाली न उरला. द्यावी पृथ्वीलोक सोडण्याची

आज्ञा आम्हाला.' सदाशिव अंबिकेच्या नयनांत अश्रू ओथंबले. ते पाहून मुनीवर गहिवरले, 'कलीराक्षस हा अतिबलवान. त्याला हरवणे हे न एक जन्माचे काम. बहू जन्म घ्यावे लागतील तुम्हास यासमान. ध्वज सत्य धर्माचा उंचवाया महान. मानवजातीस द्यावया निर्वाण. व्यर्थ न जाईल संत महात्म्यांचे बलिदान. मानवतावादी विचार फुलतील, फळतील छान.'

बौध्द, जैन, लिंगायत, सूफी
वारकरी,महानुभाव, नाथपंथी
वाट सुकर करतील मानवाची
वेद प्रतिपादीत सत्य सनातनाची
चिंता न असू द्यावी विश्वाची
भारत भूमी, मऱ्हाटदेशाची
पराकाष्ठा झाली तव प्रयत्नांची
वृत्ती ठेवा समाधानाची
लागले जीवन सार्थकी
परवानगी तुम्हास इहलोक सोडण्याची.

ऐकले गुरुचे अमृतवचन, पतीपत्नी निघाले वैराग्यभाव घेऊन. प्राप्त करावया निर्वाण, शैल्यक्षेत्रासी केले प्रस्थान. सदाशिव अंबिकेने केले परमतत्त्वाचे स्मरण, रोखूनी धरला भ्रूकटीमध्ये प्राण, पंचमहाभूतांचा देह दिला सोडून. दिव्यलोकी केले प्रयाण, पुण्यकाले.

घेऊनी सर्व घटनांचा वृत्तांत, कलीकाळ झाला निश्चिंत, मार्ग आता माझा प्रशस्त, पृथ्वीलोकी. आता राहिले ते मुसलमान, पेरीत भेद, विषमतेचे अज्ञान, करीन तयांचेही शिरकाण, कली म्हणे. मुसलमान भारतात बहुसंख्येने आले, समता, बंधुभावाच्या जोरावर राज्यकर्ते बनले, परी त्यांच्यात ही दुर्गुण शिरले, कलीकाळाचे ते. शतकामागून शतक गेले, सुलतान गेले मुघल आले, बहमनींचे पाच तुकडे झाले, बुलंद बुरुज कोसळले, आदर्शाचे. विभाजित झाले अल्लाहचे जन, शेकडो पंथ शिया-सुन्नीसमान, लागली एकमेकांच्या रक्ताची तहान, दूर्दैव ते. सत्तेसाठी पुत्र पित्याची हत्या करी, बनला भाऊ भावाचा वैरी, सैतान बसला मानगुटीवरी, काय हे झाले. शेवटी झाला औरंगजेब बादशहा-ए-हिंदुस्तान, होता जरी अनेक गुणांची खान, अंध महत्वकांक्षेने बुडविली मुगलांची आन, बान, शान, कायमची. विसरुनी आपल्या पूर्वजांची रीत, हिंदूवर जिझीया कर लावीत, केले काशीमंदीर उध्वस्त, अज्ञपणे.

ऐसा कलीसैतान बसला मुसलमानांच्या मानगुटीवर, चालू न देणार यांना पैगंबरांच्या उदात्त तत्त्वांवर, इस्लामची इमारत सर्वांगसुंदर, मिळवीन जमिनीत.

पसरला भारतदेशी सर्वत्र अंधकार, दाही दिशांना कलीकाळाचा हाहाकार, कोण होईल आमचा तारणहार, जनता म्हणे.

लोकांची आर्त हाक पोचली ईश्वराजवळ, प्रकटले सदाशिव अंबिकेचे तत्त्व मऱ्हाटदेशावर, प्रसवली शूर यादवकन्या जिजाऊ शिवनेरीवर, शिवबाळ जन्मला.

ऐसा अवतारी शिवशंभो जन्मला या धरेवर, शिवाचेच जणू ते

तत्त्व प्रखर, भवानीमातेने प्रदान केली तलवार, कर्दनकाळ कलीचा.

केले अठरापगड जाती-जमातीचे लोक एक, हिंदू-मुसलमान भेद पुसत. स्थापिले राज्य रयतेचं, भारतदेशी. ग्राह्य केले सिंहासन, सत्य न्याय मानवतेचा धर्म सनातन, मुळ धरु लागला जोमानं, भूमंडळी. पाहून कलीकाळ झाला विचलीत, आसन त्याचे डळमळीत, संपविले आयुष्य अल्पावधीत, कर्मयोग्याचे.

डसला कलीसैतान तो बादशहा औरंगजेबाला, भ्रमित केले त्याच्या बुध्दीला, काय म्हणावे मुघल स्वैरपणाला, गोंधळ पसरला.

अनेक वीरांनी बलिदान दिले, जाट-शीख-मुसलमान-राजपूत-मराठे बहू लढले, देशाच्या कानाकोपऱ्यात लोक धडपडले, तत्त्वांसाठी.

छत्रपती संभाजीनी पत्करले धर्ममरण, गुरु गोविंद सिंहांनी लढा दिला महान,भूमी हि वीर पुरुषांची खाण, दिले बलिदान, राष्ट्रासाठी.

शतकभर जगून बादशहा औरंगजेब निवला, ओहोटी लागली मुघल वर्चस्वाला, वाली न उरला दिल्ली सिंहासनाला, आता कोणी. योद्धा बाजीराव झाला सिंहासमान, बसवले उत्तरेत हिंदी स्वराज्याचे बस्तान, तरी राहिले दिल्लीचे तख्त दिवास्वप्नाप्रमाण, मऱ्हाटलोके. देशात सर्वत्र अंधाधूंदी, कशी फुटेल ही कोंडी, काय होते विधात्याच्या मनामधी, कोण जाणे? इंग्रज ते आले पश्चिम देशातून, पाहूनी संधी सुवर्णासमान, बसवू लागले बस्तान, भारतदेशी.

उत्तम तयांचे संघटन, प्रबोधनाचा प्रकाश महान, विवेकाधिष्ठीत विज्ञान, कामी आले. राष्ट्रवादाचा जाज्वल्य अभिमान, सोबतीला श्रेष्ठ

तंत्रज्ञान, रोविला ब्रिटीश साम्राज्याचा खांब, भारतदेशी. प्रथम असे घडले इतिहासात, आले राज्य पश्चिमी लोकांचे भारतात, वाहू लागले वारे नवयुगाचे जोरात, प्रांतोप्रांती. येशू ख्रिस्तांची प्रेमाची वाट, दिसू लागला आधुनिक तत्त्वांचा काठ, झाली प्रबोधनाची पहाट, जनांमध्ये. मानवतावाद, व्यक्तीवाद, विज्ञानवाद, राष्ट्रवाद. घालू लागले साद, समाजमनी.

म्हटले मेकोले साहेबानं, शहाणे करुन सोडावे सकल जन, राष्ट्रवाद, लोकशाहीची घडी बसवावी छान, परतावे समाधानानं, आंग्लदेशी.

पाहूनी नवयुगाची पहाट, कलीसैतान करे जळफळाट, बिघडूनी टाकीला सर्व योजनांचा घाट, कलीकाले. भ्रमित केले आंग्लजन. विसरुन गेले स्वमिशन, वागू लागले मोहानं, कलीकाळ डसला. बहू शोषिली संपत्ती, उभी केली औद्योगिक क्रांती, देशी उद्योगांची अधोगती, जनता गंडली. लुटली ज्ञानाची दौलत, उभी केली नवविज्ञानाची इमारत, विद्या केवळ फळे विनयात, विसरुन गेले.

विसरले येशू ख्रिस्ताची प्रेमाची शिकवण, सर्वत्र वंशभेदाची घाण, वागू लागले उर्मटपणानं, काय सांगावे. ऐसा कलीकाळ डसला आंग्लजनांला, बिघडूनी टाकले नियतीला, पारावार न उरला जनदु:खाला, ईश्वर तारी. घेऊनी आधूनिक शिक्षण, तयार झाले भारतजन, स्वातंत्र्य यज्ञ चेतला जोमानं, देश पेटला. सत्य, अहिंसेचा तो पुजारी, रामराज्याचा कैवारी, ऐसा गांधी पुरुष अधिकारी, भारतभूमीत जन्मला. देऊनी स्वप्राणांच्या आहूती, झाली स्वातंत्र्ययज्ञाची इतिश्री,

आली सत्ता भारतीयांच्या हाती, मंगलदिन उजाडला. लिहीले नवयुगाचे संविधान, बाबासाहेबांच्या कलमानं, कारभार सुरु झाला जोमानं, आशा जागली. देशात सर्वत्र नवचैतन्याची लहर, सुरु झाला लोकशाहीचा जागर, स्वातंत्र्यलढ्याचा आदर्श समोर, जनता उत्साहात. फळली निती विभाजनाची, फुटली एकी हिंदू–मुसलमानांची. फाळणी झाली देशाची, राष्ट्र दुभंगले.

कलीच्या डोक्यातला सैतानी किडा, बोलाया लागला घडाघडा. जाईल का रे तुझ्या वर्चस्वाला तडा, नवभारतात. जर फिरली नियत माणसांची, काय किंमत त्या संविधानाची, लक्षात ठेव वाणी बाबासाहेबांची, कली बोलला. वाट लागली राजे–महाराजे–मुसलमान– इंग्रजांची, काय मजाल या मध्यमवर्गाची, जादू अशी या सत्तामोहिनीची, कली हसे.

चढली नशा कलीकाळाची ।

बिघडली नियत माणसांची ।

पडे विसर स्वातंत्र्यसमराच्या आदर्शांची ।

काय हे झाले ।।

राजकारण झाले सत्ताकारण ।

अर्थकारणाचे अनर्थकारण ।

पसरली सकल समाजात घाण।

धर्म ही गंडला।।

लोकशाही झाली पैशांची बटीक ।

करोडो खर्चू लागले निवडणूकांत।

जनता केवळ नावाला मालक।

अनर्थ जाहला।।

स्वातंत्र्य, समता, बंधूता।

उरले केवळ नावापुरता ।

जनता फिरे दाही दिशा न्यायाकरीता।

कोणी न वाली।।

बुडाला गांधीचा विचार।

सर्वांना गांधीनोटांचा आधार।

बोकाळला भस्मासूर भ्रष्टाचार।

सर्वक्षेत्रे।।

सर्वत्र विकासाचे वारे।

दाही दिशा भकासल्या रे।

जल, जंगल, जमीन प्रदुषीत सारे।

पृथ्वीमाय कोपली।।

भरला शिक्षण, आरोग्य, उद्योगधंद्याचा बाजार।

लूटे निसर्ग, मानवतेला आरपार।

उपटून खायची वृत्ती सुमार।

विवेक सांडला।।

कोसळला धर्माचा चौथा खांब।

धरणीमाता करे त्राहीमाम।

सर्वत्र कलीकाळाचे थैमान।

जन हे बुडाले।।

❖❖❖

अध्याय २ - कलीचा काळ

भरली कलीसैतानाची सभा। सर्वत्र त्याचा दबदबा। जयजयकार करिती सर्व राहूनी उभा। कलीकाळ सुखावला ।।१।। नव्हता मनातून खूष फार। वदू लागला स्वदु:खाचे सार। अचंब्यात उपस्थित फार। काय झाले याला? ।।२।। आला-गेला काळ प्राचीन, मध्यम, आधुनिक। शतकामागून लोटले शतक। पुरुनी उरलो म्या सर्वातीत। मजहून श्रेष्ठ कोण?।।३।। झाले राजे-महाराजे, संत थोर। बुडवूनी टाकीले मी शिकवणुकीचे सार। पाळिती मानव माझाच विचार। मीच खरा ज्ञानी ।।४।। अज्ञान, अनिती, भ्रष्टाचार। दंभ-मोहमायेचा विचार। हेच मानवी जीवनाचे सार। सर्व मानती ।।५।। मानवांच्या मनावर ताबा। मीच खरा तो राजा। तरी पडद्यामागे माझी जागा। काय न्याय हा?।।६।। सर्व करिती माझ्या मार्गाचे पालन। तरी कोणी न करी माझे पूजन। न दिले माझ्या मंदिरांना स्थान। काय दंभ हा! ।।७।। आता प्रकट होईन पृथ्वीवर। राज्य करीन येऊन समोर। कोणाची मर्जी चालेल मजवर। काळ हा माझा।।८।। घेऊनी रामचंद्रांचे दिव्य सिंहासन। बसेन त्यावर दिमाखानं। करीन मानवांना गुलाम। कायमचे ते।।९।।

ऐकूनी कलीचा त्रागा। सैतानी कीडा झाला जागा। झाला तुझ्या दिमाखाचा भूगा। लक्षण मूर्खांचे ।।१०।। राहूनी पडद्यामागे कली देवा। तूच खातो सर्व मेवा। सर्व मानव करिती सेवा। युगेयुगे।।११।। जनतेच्या श्रमाचे संचित। सरकार-धर्मस्थळांची मिळकत। पडते शेवटी तुझ्याच पायलीत। तूच तो स्वामी ।।१२।। काय करशील होऊन प्रकट। नजरेत

येशील फुकटात। सापडशील सज्जनांच्या कचाट्यात। असाच तू रहा ।।१३।।

अरे बावळ्या कीड्या। नको करु वरकड्या। काय बोलतो वेड्या। नीट माझे ऐक ।।१४।। राहिले न आता सज्जन। सर्व भ्रष्टाचारात मलिन। फसविले मी मोहमायेनं। दूसरा मार्ग नसे।।१५।। सत्य-न्याय-धर्म फालतू विचार। मग का पूजावा ईश्वर। मीच आता तारणहार। कली म्हणे।।१६।। कोण जातो का वना। पाळाया बापाच्या वचना। कशाला पूजावे रामकृष्णा?। अविचार तो।।१७।। सोडूनी महालांचा अधिवास। कोण जाईल पतीसंगे वनवासात। काय आहे त्या सीतेच्या स्मरणात। दंभपणा तो।।१८।। असावी भरपूर संपत्ती सर्वांकडे। भाऊ भावाचे पाडी तुकडे। का गावे त्या लक्ष्मणाचे पोवाडे। म्हणे बंधूप्रेम।।१९।। कोण सोडील विश्वाचे राज्य। हाती घ्याया भिक्षापात्र। विसरुनी जावा तो बुध्द। केवळ कली स्मरे।।२०।। नसे वेळ तो जणा। जावया पाच वेळा नमाज पठणा। का पाळावे पैगंबर वचना। रहावे मस्त ।।२१।। प्रेम हा कसला विचार। ज्यासाठी चढावे सूळावर। नसे ख्रिस्त तो तारणहार। मीच खरा।।२२।। काय ते जगणे कुटुंब-राज्य-समाजासाठी। अभ्यासूनी लाओ-कन्फ्युशिअसची पध्दती। केवळ लागावे मज कच्छपी। मार्ग माझा श्रेष्ठ।।२३।। तत्त्वांसाठी कशाला प्यायचा विषप्याला। मूर्ख तो सॉक्रेटिसच्या मार्गे गेला। वाहून घ्यावे स्वत: भोगाला। एका माझे ।।२४।। कशाला शहाणे करावे सकल जन। मूर्ख करुनी मिळवावे अपार धन। चुकलं ते ज्ञानदेवांच वागणं। मीच शहाणा ।।२५।। भेदभाव वाढवावा समाजात भरपूर। फोडूनी जनता राज्य करावे तीवर। काय तो बसवाण्णाचा मानवतेचा विचार। अव्यवहार सारा ।।२६।। कसला तो स्वराज्याचा

आदर्श। लढा तो शिवछत्रपतींचा म्हणे रोमहर्ष। केवळ स्वत:चा साधावा उत्कर्ष। लागूनि माझ्या नादी ।।२७।। घालूनि केवळ पंचा। कोण फिरेल राष्ट्राकरीता। विसरा गांधीची सत्य, अहिंसा। मोहमाया खरी।।२८।। काय आलाय समाजविचार। ठेवूनी धोंडा मौजमस्तीवर। नकोत आम्हाला आंबेडकर। म्हणे समाजसुधारक।।२९।।

हा असे माझा काळ। मी कली याचे मूळ। वसतो सर्व पैशात सकळ। मोहमायेतूनी ।।३०।। मूलांनी विसरावे आई-वडिल। बंधू-भगिनी, सगे-सोयरे सकल। केवळ पैशाचा करावा विचार। माझ्यासाठी।।३१।। विसरुनी पोट गरजांचा विचार। जमवावी मोहमाया अधिकोत्तर। बुडले समाज, राष्ट्र, राज्य तरी बेहत्तर। सांभाळणारा मी।।३२।। सोडूनि निती अनितीची किरकिर। वाढवावे उद्योगधंदे भरपूर। ओरबाडावा निसर्ग। लुबाडावी जनता सत्वर। फायद्यासाठी ।।३३।। भरवावा सर्व गोष्टींचा बाजार। हवा, पाणी, शिक्षण, आरोग्य क्षेत्रावर। सर्वात श्रेष्ठ तो नफेखोर। माझ्यासाठी ।।३४।। पुढाऱ्यांनी गुंडाळावी तत्त्वे-निती। त्या सत्तासुंदरीसाठी। जमवावी मोहमायेची पोती। विसरुनी जनता ।।३५।। अधिकाऱ्यांनी विसराव्या शपथा। जमा करावा केवळ हप्ता। सोडूनी द्यावा जनकल्याणाचा मक्ता। कलीकाळ हा ।।३६।। झाली पृथ्वी जरी भकास। साधावा स्वत:चा विकास। न धरावी उद्याची आस। भविष्य मी ।।३७।।

हे असे माझे संविधान। बिंबवले मानवांवर शतकांच्या मेहनतीनं। सर्वांनी अंगिकारावा मार्ग हा महानं। अन्य नाही ।।३८।। अरे अज्ञानी कीड्या। पाहून ये पृथ्वीवरील शहरे, वस्ती, वाड्या। माझेच नियम

चालविती मानवांना भावड्या। तू स्वत: पाही ।।३९।। आता मी इतका प्रबळ। चालेल न मानवांचे माझ्याविरुध्द बळ। आला जरी तो ईश्वर सकळ। वरचढ मी ।।४०।। पूर्ण हरला मी मानवांचा प्रकाश। लोटिले तयांना अंधारात। मारतील केवळ मलाच हाक। ईश्वरा नाही ।।४१।। म्हणे ईश्वर येतो सज्जनांसाठी। ठेविला नसे मी सज्जन भाजीसाठी। भविष्य केवळ माझी तळी उचलणाऱ्यांसाठी। देव मी।।४२।। आला जरी तो ईश्वर। मानवरुप घ्यावे लागेल भूतलावर। कसा पडेल माझ्या चक्रव्यव्हातून पार। अशक्यप्राय ते।।४३।। पृथ्वीवरील शक्ती-संपत्ती-सत्ता। माझ्याच अधीन असता। कसा लढेल तो निहत्ता। मीच परमेश्वर।।४४।। याजसाठी केला सारा अट्टाहास। शेवट गोड व्हावा हीच आस। करीन मानवांना माझा घास। प्रत्यक्ष येऊनी ।।४५।।

सर्व माझे शुभचिंतक। लक्षात ठेवा ही गोष्ट। शेवटच्या घावाची हीच वेळ श्रेष्ठ। करा तयारी।।४६।। संपवा मानवांचे सर्व नियम। कायदे व्यवस्था कानून। सत्य, धर्माचा फडशा पाडून। गाडावा झेंडा ।।४७।। लावा जाती-जातीत भांडण। धर्मा-धर्मात वितंडाचे सरपण। सोडा पृथ्वी अशांत करुन। मग येती मजकडे।।४८।। लावूनी राष्ट्रा-राष्ट्रात युध्द। संपवूनी टाका सर्व राष्ट्र राज्य। सत्य केवळ कलीचे साम्राज्य। सम्राट मी ।।४९।। करा पर्यावरण क्षतिग्रस्त। सामान्य जनता होता त्रस्त। मार्ग माझा प्रशस्त। अधिकाधिक तो ।।५०।। मानवांना न दूसरा मार्ग। अंतर्बाह्य माझा संसर्ग। मजपासून सर्ग-विसर्ग। सत्य तू जाण ।।५१।। पाडा ती रामकृष्णांची मंदिरे। मस्जिदी, गिरीजाघरे। उभारा जागोजागी सैतानाचे देव्हारे। पृथ्वीलोकी ।।५२।। सर्वांनी करावी सैतानाचीच पूजा। न भजावा अन्य देव दुजा। बळकट करण्या माझ्याच भूजा। कलीकाळे।।५३।।

लिहा अधर्म, असत्य, मोहमायेचे संविधान। चोरी, पाप भ्रष्टाचाराचे मूल्य स्थापून। लागू करा तुरंत माझ्या सहीनं। कल्याणमार्ग तो ।।५४।। मग जप्त करा ते श्रीरामचंद्राचे सिंहासन। बसेन त्यावर ऐटीनं। करेन मानवांना गूलाम। अनंतकाळ ।।५५।। आता बोला कीडा महाशय। ऐकूनी सुंदर योजनांची लय। न बाळगता मनात भय। कली म्हणाला ।।५६।।

तू महाबलशाली कलीसैतान। ऐकले मी सर्व गुमान। तरी रहावे तू अतिसावधान। ईश्वरापासूनि।।५७।। प्रल्हादासाठी प्रकटला तो खांबातून। वाचवले मानवाला येशू, पैगंबर पाठवून। सजग हो त्याच्या छळ कपटापासून। कली सैताना तू ।।५८।।

संपली कलीसैतानाची सभा। प्रणाम करिती हस्तक राहूनि उभा। लागले कामा पूर्ण कराया मनसूबा। कलीकाळाचा तो।।५९।। पसरले कलीहस्तक देशोदेशी। करु लागले करामती। कुंठीत मानवाची मती। काय करावे।।६०।। लावले जाती-वर्गात भांडण। धर्म-धर्मात वितंडण। राष्ट्र-राष्ट्रात रक्ताची तहान। आग लावली ।।६१।। शेतकरी, व्यापारी, उद्योगीजन। मजूर, थोर, लहान। भांडती आपसात अकारण। सहकार बुडाला।।६२।। करुनी निसर्गाचे शोषण। बिघडवती पर्यावरणाची व्यवस्था छान। केले जीवन नरकासमान। मानवांचे।।६३।। सोडीले भ्रष्टाचारी कीडे। पोखरिती व्यवस्थांचे वाडे। घोर अव्यवस्था चहूकडे। कोण तारील आता ।।६४।। कली म्हणे बुडवा प्रथम भारतदेश। त्यातही महाराष्ट्र प्रदेश। मग होईल माझी वाट प्रशस्त। पृथ्वीलोकी ।।६५।। भारत सनातन सत्याचा गड पुरातन। महाराष्ट्र विश्वसिंहासनाचे श्रेष्ठ स्थान। द्यावा तेथे ताबा ठोकून। सर्वात आदि।।६६।। पसरले कली हस्तक भारतावर। लागली महाराष्ट्राला

वाईट नजर। नाचू लागला सैतान उरावर। सर्वनाश जाहला।।६७।। उरले सज्जन जगामध्ये मूठभर। बाकींना केले कलीने चाकर। करे संहार तो तत्पर। विरोधकांचा ।।६८।।आली धर्माला ग्लानि। परिस्थिती गंभीर अवाक्याहूनी। आता तारील फक्त चक्रपाणी। सज्जन म्हणती।।६९।। गेले पाणी गळ्याच्या वर। जन हे बुडती दृष्टीसमोर। करिती भक्त आर्त पूकार। परमेशाचा ।।७०।। धरिणी मातेला फूटला हूंकार। न बघवे छळ लेकरांचा फार। सोडवी तू आम्हा सत्त्वर। जगन्नाथा ।।७१।।

ऐकूनी अंतरीच्या प्रार्थना। पान्हा फूटला जनार्दना। म्हणे जागतसे मी मज वचना। युगे युगे ।।७२।। तारीन सज्जनांचे घर। उठवीन दुष्टांचा बाजार। स्थापीन धर्म सत्त्वर। पृथ्वीलोकी ।।७३।। छळले कलीने मानवांना फार। आता उठला मज भक्तांच्या जीवावर। नाश त्याचा नसे दूर। हरी बोलला।।७४।। पाठवीन माझ्या दूतांना। पृथ्वीवर दाही दिशांना। थोपवाया कली हस्तकांना। वेळेमध्ये।।७५।। भारत माझा प्रिय देश। प्रियतम महाराष्ट्र प्रदेश। असे मी पांडूरंग तेथे निवासित। अठ्ठावीस युगे।।७६।।

हरी बोले सदाशिव-अंबिकेला। जन्म घ्यावा लागेल आता तुम्हाला। फार तो कलीकाळ माजला। भूलोकी ।।७७।। देवगिरी हे विश्वसिंहासनाचे स्थान। तेथे जगदंबा-विश्वनाथ दांपत्य महान। जन्म घ्यावा तयांपासून। सदाशिव तुम्ही।।७८।। राणासूर राजा महान। दयामती तव भार्येचे नाम। जन्म घ्यावा तयांपासून। अंबिके तुम्ही ।।७९।। उभयांनी जन्म घ्यावा मृत्यूलोकी। श्रीसह मी प्रकटतो तव कायेवरती। स्थापवाया सत्यधर्माची महती। कलीकाळ हरून ।।८०।। ऐकूनी हरीची वाणी। सदाशिव अंबिका निघाले तेथूनि। करावया पूर्ण पूर्वजन्माची कहाणी। या

जन्मी।।८१।।

महाराष्ट्र हा दिव्य प्रदेश। मानाचा तूरा भारताच्या शिरपेचात। नांदतो युगानुयुगे भूलोकात। मऱ्हाटबाणा ।।८२।। विदर्भ ही अतिप्राचीन भूमी। वरली लोपामूद्रा तिथे अगस्त्यमूनींनी। धरिले मूळ मराठी संस्कृतीनी। मायभूमी।।८३।। दशरथाचे ते आजोळघर। रुक्मिनीचे अतिसंपन्न माहेर। शोभे राजधानी नागपूर शहर । मध्यभागी ।।८४।। मराठवाडा महाराष्ट्राचे खोड। मराठी संस्कृतीचा आधारवड। हलला मायमराठीचा पाळणा तो देवगिरीगड। दिव्यभूमी ।।८५।। सातवाहन, राष्ट्रकूट, यादव, बहमणी। झाले राजवंश वीर अतिगूणी। पैठण, लातूर, देवगिरी राजधान्या भव्य भव्याहूनी। उभारिल्या असे ।।८६।। उत्तरेस नाशिक खानदेश। रामकृष्णांच्या स्पर्शाने पावित। मायमराठीची सेवा करित। निरंतर ।।८७।। ब्रह्मगिरी जन्मली गंगा गोदावरी। खानदेशे गोड अहिराणी बोली। कुंभमेळा भरे ब्रह्मतीर्थावरी। तपोभूमी ।।८८।। जैसा सह्यगिरी कणखर-राकट । तैसा पश्चिम महाराष्ट्र बलशाली दणकट। निवासिते अंबाबाई कोल्हापूरात। पुण्यभूमी ।।८९।। शिवछत्रपतींच्या कार्याची ही भूमी। गेले स्वराज्य तोरण बांधूनी। महाराष्ट्र धर्माची गूढी उंचाऊनी। त्रिलोकात।।९०।। पुणे हे पेशव्यांचे शहर। झेंडे फडकावले अटकेपार। मुरला आधुनिक विचार खोलवर। माहेरघर शिक्षणाचे ।।९१।। संपन्न, सुंदर तो कोकण। दिली भेट परशुरामानं। नांदतो सागर संगतीनं। समाधाने ।।९२।। मऱ्हाटदेशाचा इथून चाले जगाशी व्यापार। बहू लोक उतरले या भूमीवर। दिला इतिहासाला नवीन आकार। महाराष्ट्राच्या।।९३।। मुंबई महाराष्ट्रवृक्षाचे फळ। पौष्टीक, गोड, अतिरसाळ। करिते मुंबादेवी सर्वांचा सांभाळ। स्वप्ननगरीत ।।९४।।

कुलस्वामिनी ती तूळजाभवानी। श्री रेणूका परशुरामाची जननी। कोल्हापूरे वसते महालक्ष्मी। सप्तश्रृंगी वणीत ।।९५।। पंढरपूरे योगमूर्ती पांडूरंग। जेजूरी खंडेरायाच्या प्रेमात दंग। दक्षिणदेशे ज्योतिबाचा रंग। माहूरात ते दत्तगूरु।।९६।। ज्योर्तिलिंग ते त्र्यंबकेश्वर। नागनाथ, भीमाशंकर। वैजनाथ तथा घृष्णेश्वर। निवासित मऱ्हाटदेशावर ।।९७।। चक्रधर-ज्ञानदेव,एकनाथ-तुकाराम। नामदेव-बसवाण्णा, रामदास-सिध्दराम। सिध्द संताचे निजधाम। मऱ्हाटभूमी ।।९८।। बौध्द-जैन-लिंगायत-वारकरी। महानुभाव-नाथपंथ-शीख-सूफींची सवारी। डौलते महाराष्ट्र देशावरी। दिमाखात।।९९।। मुक्ताई ज्ञानदेवांचे प्रेरणास्थान। जनाईने हरले विठ्ठलाचे भान। बहिणाई अंगाईगीत गाते छान। मायमराठीत ।।१००।। शेगावी तो गजानन। अक्कलकोटी स्वामी समर्थ। शिर्डी साईबाबांचे तीर्थ। ख्यातीप्राप्त ।।१०१।।

टिळक ते थोर राष्ट्रभक्त। आगरकर समाजसुधारक। गोखले मवाळ नेमस्त। अर्वाचीन युगे ।।१०२।। फुले-शाहू-आंबेडकर। केला नवसमाजाचा जागर। समता न्याय स्थापिला सत्वर। महाराष्ट्रदेशी ।।१०३।। नांदेड गुरु गोविंद सिंहाचे स्थान। धर्मासाठी लढायची प्रेरणा महान। शोभतो गुरु ग्रंथ साहिब पीठासीन। गोदातटे ।।१०४।।

अष्टविनायक गणपती। महाराष्ट्रदेशे नांदती। गणेशोत्सवात वाहते भक्ती। अखंडीत ।।१०५।। क्षेत्र ते शिंगणापूर। न्याय देवता तेज:पूंज प्रखर। करी जनतेचा सांभाळ। कलीयुगे ।।१०६।।

अठरा पगड जाती-वर्ण-मत। प्रांतोप्रांतीचे जनलोक। नांदती मऱ्हाटदेशात। सौख्यभरे।।१०७।। महाराष्ट्र हा अतिप्राचीन। तितकाच तो

मध्ययुगीन। असे आधुनिक अर्वाचीन। नित्यभूमी।।१०८।। ऐश्य दिव्य महाराष्ट्र देशावर। फिरली कलीयुगाची नजर। माजू लागला हाहाकार। सर्वक्षेत्रे ।।१०९।।

कलीकाळे तो एक चमत्कार। विश्वनाथ जगदंबा दांपत्य पाळिती दैवी आचार। वसती गोदातीरावर। मऱ्हाटदेशे ।।११०।। चंद्रकुळाचा दिवा विश्वनाथ। जगदंबा सूर्यकूळाचा प्रकाश। दिव्य असे ते दांपत्य खास। भूतलावर।।१११।। शिव हे आराध्य दैवत। भवानी कुलस्वामिनी होत। ध्यान पांडुरंगाचे सतत। उभयंतांना।।११२।। दत्तगुरु ते गुरुस्थानी। खंडेराय रक्षी पाठीमागूनी। पाही ऐकता सर्व धर्मपंथातूनी। समभावे ।।११३।। श्रेष्ठ त्यांचे कुळ। सोसिल्या हालअपेष्टा फार। तरी सतत सत्यधर्माचा विचार। कलीकाळे ।।११४।। या सद्गुणी दांपत्याच्या उरी। सदाशिव अवतरला पृथ्वीवरी। करावया हरीवाणी खरी। लीलेतून ।।११५।। घेतला जन्म मानवाचा। पडदा पडला मायेचा। झाला संघर्ष सुरु जीवनाचा। प्रथम श्वासे ।।११६।। नाव ठेविले सूर्यराज। पसरवेल ज्ञानाचा प्रकाश। फळले जन्म-जन्माचे संचित। संततीसूख जाहले ।।११७।।

जसा वाढू लागे बालक। वाढे माता पित्याची भ्रांत। म्हणे काय गती यास। घोर कलीयुगी ।।११८।। गूढ त्याचे वागणे। अबोध ते बोलणे। थांगपत्ता कुणा न लागणे। त्याच्या मनाचा ।।११९।। वाट चाले सरळ। फसण्यास सदैव तयार। कसा तरेल कलीयुगी हा बाळ। पालकांस वाटे।।१२०।। म्हणे सदा माता-पित्यास। काळराक्षस, विश्वसिंहासन येतसे स्वप्नात। न कळे अर्थ काय यात। कोणासही ।।१२१।।

स्मरीला तयांनी भार्गवमुनी। घ्यावया पूत्राचे भविष्य जाणूनि।

पोचले सत्वर आश्रमी। जगदंबा विश्वनाथ ।।१२२।। मुनीश्रेष्ठ दृष्टी तुम्हा त्रिकालाची। भ्रांती पडली मज पुत्राची। आस आपल्या मार्गदर्शनाची। विश्वनाथ बोलले ।।१२३।। भार्गवमुनी पाहती बालक नयनी। गूढाचे गूढ जाणिले तत्क्षणी। प्रभावित झाले प्रखर तेजःपूंजानी। सुर्यराजाच्या।।१२४।। म्हणे चिंता न असू द्यावी बालकाची। स्वतः हरी वाहतो काळजी याची। करील सुरवात महान कार्याची। हरीलीला थोर ।।१२५।। धन्य तूमचे कुळ, तुम्ही। प्रसवला ऐसा बालक ज्ञानी। सांभाळ करावा जपूनी। उपनयनापर्यंत।।१२६।। द्यावे कुळाचे शिक्षण। योग्य वयात करुनी उपनयन। घेऊनी यावे पूनः। मजकडे सत्वर।।१२७।। ऐकूणी भार्गवमुनींची वाणी। निश्चिंत झाले पती-पत्नी। करु लागले जोमानी। सांभाळ पुत्राचा ।।१२८।। आता वेळ होती अंबिकेची। पृथ्वीतलावर येण्याची। राणासूर दयामतीच्या पोटी। प्रसवली दिव्यकन्या।।१२९।। कल्याणी नाव ठेवले श्रीचे। माता-पिता परमभक्त शिवाचे। आले दिवस सुखाचे। राजमहलात ।।१३०।।

हरीची ती लीला अपार। मऱ्हाटदेशाचा झाला उद्धार। होऊ लागली योजना साकार। कलीप्राण हरावयाची।।१३१।।

❖❖❖

अध्याय ३ - शिक्षण

झाले उपनयनाचे वय । पार पडले संस्कार आनंदमय । पाठविले सूर्यराजास भार्गवाश्रय । द्विज व्हावया ।।१।। असे आश्रम तो वर्धा नदी तीरावर। विदर्भदेशातून झाला तिचा मार्ग सूकर । तयार व्हावया लढण्यास आयुष्याचे समर। सूर्या निघाला ।।२।। झाले शिक्षण सुरु गुरुचरणापाशी। वेद, वेदांग, ज्योतिष आदि विषयांसोबती। आधुनिक, व्यावहारीक विषयाशी। गाठ पडे सूर्याची।।३।। म्हणती गुरुजन। शरीर हे पुरुषार्थाचे साधन। सदृढ करावे ते हे जाणून। सर्वात आधी।।४।। मग प्रयत्न करावे मन एकाग्रतेसाठी। लावून द्यावे लग्न स्वध्येयाशी।। विचलीत न व्हावे चढउताराशी। आयुष्यातील या ।।५।। वय हे स्वपायावर उभे राहण्याचे। जग बघण्याचे, जाणण्याचे। जीवनध्येय ओळखण्याचे। विलंब न आता करी ।।६।। जीवनातील कठीण संघर्षातून। विकसीत होते क्षमता तावून,सुलाखून। न पोहणे पाण्यात पडल्यावाचून। धीटपणा आता करी ।।७।। असतो आयुष्यांत आपण एकटे। समभावे पहावे चहूकडे। समानतेने पहावे सुख दुःखाचे गाडे। परमगुह्य हे जाण ।।८।। घ्यावी स्वतःची जबाबदारी। न बघावे दुसऱ्याच्या दारावरी। उंच उडावे घेऊनी उत्तुंग भरारी। पुत्र तू ईश्वराचा ।।९।। कर्म ते करावे सत्वर। वहावे त्वरित हरिचरणांवर। न करिता फळाचा विचार। व्यग्र रहावे आयुष्यात ।।१०।। न बाळगावी कामाची लाज। कायक हे सर्वश्रेष्ठ दैवत। स्मरावे बसवाण्णांचे वचनामृत। पदोपदी ।।११।। जसा तू करशील, वागशील। जे जे बीज पेरशील। तशीच फळे मिळवशील। परमसत्य हे जाण ।।१२।। घोर

कलीयुगाचा हा काळ। घट्ट पकड सैतानाची मानवांवर। चांगूलपणाचा सगळीकडे दूष्काळ। तरी न होई हताश ।।१३।। जपावा मानवी बंधूभाव। अर्पावे प्रेम सर्वांना समभाव। न करावा माणसांत भेदभाव। माता-पिता एक ।।१४।। करुनी स्मरण ज्ञानेशाचे। हरावे तिमीर दूरीतांचे। भलेच पहावे सर्वांचे। असतील दूष्टजन जरी।।१५।। मानवधर्म हे सर्वोच्च शिक्षण। जाणा तुम्ही हे सर्वजण। माणसाप्रमाणे राहण्यास शिकणं। हीच खरी पूजा ।।१६।। कधीच साचून न रहावे डबक्यागत। जगणे असावे वाहत्या पाण्यागत। स्वच्छंदपणे जीवनाचा आनंद घेत। काठात मर्यादेच्या ।।१७।। माता पिता तूझी जमीन आभाळ। करावा सतत तव आठवणींचा सांभाळ। विसर न पडो कधी त्यांचा बाळ। कवच कुंडले ती जीवनाची।।१८।। श्रध्दा आणि सबूरी। सर्व कार्याची शिदोरी। अशक्य ते शक्य करी। महामंत्र तो दिव्य।।१९।। पाय ठेवावे सतत जमिनीवर। कधीच न विसरावे अन्यांचे उपकार। परतफेड करावी सत्वर। येता योग्य वेळ।।२०।। कर्म हा जीवनाचा आधार। तूच तूझ्या जीवनाचा शिल्पकार। जाणून हे कर सतत वाटचाल। वाटेवरी जीवनाच्या।। २१।। जगात माणसे लहान-थोर। विविध गुणांचे भांडार। नम्रपणे शिकावे जीवनाचे सार। सांडूनि घमंड ।।२२।। जरी प्राप्त झालो स्वर्गसूखाला। तरी न विसरावे स्वस्वरुपाला। आनंद मुक्तपणे जगण्यात दडला। मुखवटा न येई कामा ।।२३।। पहिला इमान तो जमिनीशी। दुसरा तो आभाळाशी। करावे सतत त्यांच्याशी गुजगोष्टी। राहिलो जरी महालात।।२४।। जरी प्राप्त झाले राजसूख । रहावे स्वतःची कार्ये स्वतः करत। स्वावलंबन हा श्रेष्ठ मंत्र। जाणावे हे सत्वर।।२५।। उभी कराया इमारत कर्तृत्वाची। गरज ती त्याग, मेहनतीच्या पायाची। सतत निरंतर कार्याची। ज्योत तेजावी आत्मविश्वासाची।।२६।।

जरी घेरले सर्वत्र अंधाराने । तरी सतत गावे आशेचे गाणे। करावे सूर्य निर्माण स्वप्रयत्नाने। जगती द्यावा प्रकाश।।२७।। दिवा सतत तेवावा अंतरीचा। मार्ग दाखवील तो जीवनाचा। परममार्ग तो मुक्तीचा। अंतरीचा प्रकाश।।२८।। जग हे लयबध्द सुंदर गाणे। निर्मीले त्या ईश्वराने। न पहावा गोंधळ भ्रामकपणे। ठेवावा विश्वास।।२९।। कधीच न वाट सोडावी सत्यधर्माची। क्षणभंगूर सुखाच्या लालसेपोटी। सत्य-धर्म-न्याय ही गुरुकिल्ली शाश्वततेची। जाण तू मानवा।।३०।। जग हा जादूचा गोलक। जसा पाहे तसा दिस। चांगले-वाईट हे विचारांचे भास। बाळगावी सकारात्मकतेची आस।।३१।। असावे लोक, समाजाचे भान। तरी मानावे स्वत:चेच प्रमाण। दूसरा मित्र न असे स्वत:हून। जाणूनी वागावे हे मर्म।।३२।। गगनात स्वप्नांच्या उंच विहरावे। तरी अंथरुन पाहून पाय पसरावे। जगताना सतत भान ठेवावे। वास्तविकतेचे।।३३।। पोट हे पापाचे आगार। करावा लागला जरी थोडाफार पापाचार। सारासार विवेक बाळगावा सर्वकाळ। रहावे मर्यादेत।।३४।। खूडून खावे ही रीत मानवाची। ओरबाडून खाणे ही खूण माकडाची। उपटून खाणे ही नांदी सर्वनाशाची। बाळगावे भान ।।३५।। न वाहत जावे वासनेत। रहावे नियमांच्या परिघात। नदी जशी वाहते दोन काठांत। सागरास मिळावया ।।३६।। जगी स्वार्थ सर्वापोटी। तरी जपावी मित्र, सगे-सोयरे, नाती। न त्यांच्यासम हितचिंतक भेटती। जाणूनि वागावे हे सत्य ।।३७।। जग हे मानवपूत्रासाठी। हात जोडूनी उभ्या सर्व गोष्टी। ओढ असावी ध्येयाप्रती। करी अशक्य ते शक्य ।।३८।। ध्येयासाठी कधी बोलावे लागले असत्य। तरी न वहावे पापाचे ओझे सतत।। स्मरण ठेवावे ईश्वराचे सदोदित। अर्पावी त्यास कर्मे ।।३९।। कधी तडजोड करावी लागली स्व ईमानाशी। फार लावून न घ्यावे मनाशी।

इमान ठेवावे निरंतर ध्येयाशी। मार्ग होईल सुकर ।।४०।। निर्भेळ मन हे सर्वोपरी। चांगले-वाईटाची व्याख्या वेळेपरी। जगत् कल्याणाची सतत ध्यास धरी। न गुंतावे अतिविचारात ।।४१।। मानवी जगणे हे ऋणाचे। आप्तजन-गुरुजनांचे। समाज-राष्ट्र-निसर्ग-परमेशाचे। भान ठेवावे परतफेडीचे।।४२।। जे जे प्राप्त ईशकृपेने। ते स्वत: होऊनी दुसऱ्यास देणे। देणे-घेणे यातच जीवनाचा अर्थ पहाणे। मार्ग तो प्रेमाचा एक।।४३।। जाणूनी जीवनाचे ध्येय लवकर। प्रयत्न करावे करण्या साकार। अडकून न राहता तरावा भवसागर। पोहचाया मुक्तीच्या तीरावर।।४४।।

वर्षे दहा गेली सुंदर। सूर्यराजा झाला हुषार। घेत सर्व विषयांचे सार। मुनीचरणी।।४५।। विदर्भात ज्याची पाळेमूळे। त्याच्या कर्तृत्वास गगन ठेंगणे। घालूनी भूमी, गुरुजनांस साकडे। वेळ पडण्याची आली पुढे।।४६।। भार्गवमुनी म्हणती सूर्यराजाला। तुम्ही निघावे पुण्यक्षेत्राला। ग्रहण कराया आधूनिकतेला। विलंब न करी।।४७।। करुनी वंदन विदर्भभूमी, गुरुजना। निघाला सूर्यराजा पुण्यनगरीच्या आश्रमा। ऐकूनी आधूनिक शिक्षणाचा महिमा। पोचला तिथे ।।४८।। वेरुळ-देवगिरीचे शहाजीराजांचे घराणे। पुणे-सूपे मिळाले जहागिरीने। देव म्हणे फुलावी येथे नंदनवने। शिवबाळ जन्मला ।।४९।। पुण्यक्षेत्र ही पुण्यभूमी। लाभली निसर्गाची अमूल्य देणी। बाप ज्ञानेश्वर बैसला समाधिस्त होऊनी। आळंदीत ।।५०।। उभ्या महाराष्ट्राचे दैवत। नांदे जेजूरी नगरात। खंडेरायांची मराठी जनांना आस। देव माझा मल्हारी ।।५१।। देहू तुकोबारायांचे स्थान। भागवत धर्माचा कळस महान। जागविले मराठी जन-मन। अभंगवाणीच्या पंगती घालून ।।५२।। शिवछत्रपतींनी स्वराज्य स्थापिले परिसरात। आली पुण्यभूमी नावारुपास।। पेशव्यांनी चढविला

कळस । झेंडे फडकाऊनी अटकेपार ।।५३।। ब्रिटीशांची राजवट आली। पाश्चिमात्य-आधुनिक शिक्षणाची गंगा वाहिली। पुण्यभूमी माहेरघर बनली। शिक्षणाचे ।।५४।। टिळक-गोखले-आगरकर। फुलेंचा सत्यशोधक विचार। समाजउद्धार, राष्ट्रासाठी कार्य झाले फार। या भूमीत ।।५५।। बैसूनी गुरुजनांच्या चरणी। सूर्यराज ऐके आधुनिकतेची कहाणी। पश्चिमेच्या संस्कृतीची गाणी। मन लावूनी ।।५६।। स्मरुनी वेदांचे मनोगत। करावे नवविचारांचे स्वागत। बाळगूनी सारासार विवेक। भल्यासाठी सकलांच्या।।५७।। आधूनिकता हे असे खत । प्राप्त करावयाचे असेल फलित। तर परंपरेत हवी पाळेमूळे घट्ट। रहावे हे स्मरणात।।५८।। न रहावे कर्मठपणे काठावर। न वहावे आधूनिकतेच्या पुरात पार।। सुवर्णमध्य साधावा तो सत्वर। ज्ञानीजनांनी ।।५९।। तुम्ही पाईक सत्य सनातनाचे। वारस लाखो वर्षाच्या संचीताचे। डळमळणे तुम्हाला न शोभायचे। रहावे स्थिर ।।६०।। आधूनिकता नसे केवळ राहणीमानात बदल। ती व्हावी अंतरीची चळवळ। वर्तनात परिवर्तन व्हावे त्यामूळं। प्रत्यक्ष हे प्रमाण ।।६१।। मानवतावाद, व्यक्तीवादाचा विचार। विज्ञानवाद, विवेक तो सारासार। युगानुयुगे होतो याचा जागर। काळानुरुप ।।६२।। वेद, बुध्द, महावीर। चक्रधर, बसवाण्णा, ज्ञानेश्वर। यांच्या शिकवणुकीचे तेची सार। जाणावे हे सत्वर।।६३।। परंपरा हे अनुभवाचे अमूल्य धन। जीवापार जपावे अभिमानानं। चाळूनि घ्यावे आधुनिकतेच्या चाळणीतून। नीरक्षीर विवेके ।।६४।। परंपरा पूर्वजांचा अमूल्य ठेवा। घोटले-सांडिले रक्त प्राप्त झाला तेव्हा। असाच गंगेला न वहावा। अविवेके ।।६५।। आधुनिकता ही मानव मुक्तीची एक पायरी। मागे-पुढे पायऱ्यांच्या सरी। कर्मठ होऊन आधुनिकता न पुरस्करी। मागचे भान ठेवून

पुढे रहावे चालत ।।६६।। जरुर शिकावी आंग्लभाषा। नवविचारांच्या ग्रहणाकरिता। परि अंतरी सतत वहावी मायमराठीची सरिता। अमृताहूनी गोड ।।६७।। राष्ट्रवाद हा महान विचार। सतत करावा त्याचा जागर। वसुधैवकुटुम्बकम् आदि कोरुनी ठेवी ह्रदयावर। तुम्ही भारतनिवासी ।।६८।। अभिमान ठेवूनी भारतीय असल्याचा। कार्यरत सकल विश्वाच्या कल्याणाकरिता। द्वेषाचा लवलेश न बाळगता। प्रेमभावे।।६९।। तुम्ही बुध्दाचे वारसदार। स्मरा मध्यममार्गाचा विचार। सुवर्णमध्यासाठी नीरक्षीर विवेकाचा आधार। मार्गोत्तम तो ।।७०।। शस्त्र उचलावे लागले जरी हाती। तरी ते सकल विश्वाच्या कल्याणासाठी। अंध राष्ट्रभक्तीला थारा न देती। तुम्ही भारतनिवासी ।।७१।। जाती-पाती-पंथांना काळानुरुप जन्म-मरण। मानवता ही अजरामर महान । सार्थ अभिमान असावा जाती-पंथाचा। पर प्राणाहून प्रिय असावी मानवता ।।७२।। महात्मा गांधी हे आधुनिकतेचे सार। सर्वश्रेष्ठ ते त्यांचे विचार। अंधारात या दिव्याचा आधार। अमर ज्योत ती ।।७३।। फुले-शाहू-आंबेडकर। रत्नत्रय ते जणू दिवाकर। केला समता, मानवतेचा महाजागर। ह्रदयी जपावा त्यांचा विचार ।।७४।। पेरियारांचे कार्य महान। जागवला द्रविड प्रदेशाचा अभिमान। ऐकमेकांचा आदर हेच जीवनाचे प्राण। मानवता, समता हे मार्गनिदान ।।७५।। भगतसिंग, सुखदेव, राजगुरु। त्याग कर्तृत्वाचे महामेरु। आदर्श त्यांचे नित्य स्मरु। आम्ही भारत निवासी ।।७६।। नेहरु, पटेल, सुभाष। कर्तृत्वाचे उत्तुंग ते अवकाश। दिली भरारी नवराष्ट्रास। नमन कर्तृत्वाच्या शिखरास ।।७७।। सावरकर, हेडगेवार, सर सय्यद अहमद खान। विचार असती त्यांचे महान। संदर्भ स्मरुन करावा सन्मान। त्याग तो सर्व श्रेष्ठ ।।७८।। सारे जहॉं से अच्छा हिंदोस्ता हमारा।

यही है इन्क्लाब का नारा। हिंदू मुस्लीम भेद हा विसरा। हम सब हिंदुस्तानी ।।७९।। मार्क्सचा शोषितांचा उचित विचार। परी वर्गसंघर्ष, रक्तपात हे निराधार। शांतताप्रिय समाजवादाचा करावा अंगिकार। करावी शांतीत क्रांती ।।८०।। जीवन न चाले एक ध्रुवावर। खेळ विरुध्द ध्रुवाच्या मेळावर। हे जीवनरहस्य समजून घ्या सत्वर। तुम्ही भारतनिवासी।।८१।। झाले गेले ते होऊनी गेले। वर्तमानाचा संदर्भ घेऊन घ्यावे ते चांगले । जे कालबाह्य ते न आपले। तुम्ही भविष्य भारताचे ।।८२।। चार दिशा एक होणे ही गरज काळाची। घडी ही मानवतेला एकत्र आणण्याची। हिच संधी कली सैतानाला हरवण्याची। मानवांनो घडी ही परीक्षेची ।।८३।। बहू कार्य केले इंग्रजांने। विरोध न करावा आंधळेपणे। जे चांगले ते कौतूकावे मानवतेने। वाईट ते जिंकावे प्रेमाने ।।८४। न करी पश्चिमेचे अंधानुकरण। साधावा पूर्व पश्चिमेचा संगम। जन्म घालावा नव विश्वमानव। या समागमे ।।८५।। जहाल-मवाळ एका गाडीचे दोन चाक। दोन्ही मते चालावीत घालूनी हातात हात। आहे राष्ट्राची उन्नती त्यात। न भ्रामक वादविवादात ।।८६।। स्वातंत्र्यलढा तो भारताचा महान। सदैव करावे तव आदर्शांचे स्मरण। विस्मरणात अटळ ते मरण। जाणूनी करावे वर्तन ।।८७।। राजकीय लोकशाही ही सुरवात। परिपूर्णता ही सामाजिक,आर्थिक लोकशाहीत। सतत वाटचाल करावी त्या ध्येयास। स्मरुनी संविधानाचे गीत ।।८८।। विविधतेत एकता ही भारतदेशाची शान। प्राणपर जपावा भाषा संस्कृतीचा अभिमान। करावा एकमेकांचा आदर सन्मान। तुम्ही भारतनिवासी महान ।।८९।। पुराणातील वांगी न ठेवावी पुराणात। ते मानवतेचे सर्वश्रेष्ठ गीत। काढावा मार्ग त्या ज्ञानाच्या प्रकाशात। आधुनिक काळाच्या संदर्भात।।९०।। खरा भारत वसतो गावात। सदैव स्मरावे

गांधीजीचे वाक्य। ग्रामोद्धारात स्वातंत्र्याचे फलित। सकलांच्या सर्वोदयात।।९१।। मोकळ्या मनाने करावा इतिहासाचा अभ्यास। न जागा देई कुठल्या पूर्वग्रहास। दूध पाणी वेगळे करावे स्मरुनी नीरक्षीर विवेकास। ठेवूनी मानव उन्नतीचा ध्यास ।।९२।। सदैव जपावा महाराष्ट्र-भारताचा अभिमान। चिंतावे सकल मानवता, विश्वाचे कल्याण। स्मरुनी ज्ञानेशाचे पसायदान। तुम्ही भारतनिवासी महान।।९३।। उद्योग उभारावे निसर्ग सांभाळून। हाताला काम द्यावे सन्मानानं। केवळ नफ्याचा विचार द्यावा सोडून। जीवन जगावे प्रेमान।।९४।। नफा कमवावा तो मधमाशीप्रमाणं। जपूनी निसर्ग मानवाचा सन्मान। पूढे जावे सर्वांच्या आशिर्वादानं। जीवन व्हावे मुक्तीच गान।।९५।। व्यापार करावा समाधानाचा। निसर्ग, मानवता सांभाळण्याचा। न कधी आशिर्वादात घाटा। अमाप वर्षाव होईल धनाचा ।।९६।। जे जे उभारले निसर्ग ओरबडून। मानवतेला लुटून-शोषून। सर्व बुडेल ते कालौघान। मानवा ठेव याचे भान।।९७।। निसर्ग-मानवतेचा तळतळाट। लावील पिढ्यान्‌पिढ्यांची वाट। जागा न मिळेल सुध्दा नरकात। सावध होऊनी बदला वर्तवणूक।।९८।। शहरे वाढावी प्रमाणात। शोभा ती टुमदार डामडौलपणात। जनसंख्या रहावी नियंत्रणात। पसरुनी रहावी देशात ।।९९।। सत्ता संपत्तीचे न व्हावे एकीकरण। वाटून खावे देशातल्या प्रत्येक माणसानं। निसर्ग, मानवता सांभाळून। सदैव रहावे सुखानं ।।१००।। व्यापारी-उद्योजक नित्य स्मरी। पहिले बोट ते न्यायाचे धरी। प्रेमाचा सतत विचार करी। निव्वळ नफा निवास बुडत्या जहाजावरी।।१०१।।संसाधने वापरावी जपून सांभाळून। साधावे अखिल मानवतेचे कल्याण त्यातून ।।१०२।। शेतकऱ्यांनी शेती करावी माय माती सांभाळून। श्रमिकांनी श्रम करावे ईमानानं। रहावे देशात गुण्यागोविंदान।

शांती, सन्मान सांभाळून ।।१०३।। जनता ही देशाची मालक। खासगी, सरकारी हा भेद भ्रामक। सर्व काही जनतेच्या हिताप्रत। स्मरावे संविधानाचे घोषवाक्य ।।१०४।। विज्ञान आणि अध्यात्म। एका दृष्टीचे दोन नेत्र। मेळ साधूनि साधावा उत्कर्ष। सकल जगताचा ।।१०५।। तंत्रज्ञानाला द्यावी नितीची जोड। करावया मानव उत्कर्ष अजोड। परावलंबन, अहिताचा करावा बिमोड। साधावे मानव कल्याण ।।१०६।। सज्ज व्हावे जागतिकीकरणाच्या स्वागतासाठी। जपूनी भाषा-विविधता-लोकसंस्कृती। गोष्ट व्हावी ती गोपाळकाल्याची। वाढावी जीवनाची अनुभूती ।।१०७।। देशाचे तमाम नागरिक। राजकारणी, व्यापारी, उद्योजक। विद्यार्थी, अधिकारी, शेतकरी, श्रमिक। स्मरुनी रहावे राष्ट्राचा इतिहास, महापुरुषांचे आदर्श। त्यातच सकलांचा असे उत्कर्ष ।।१०८।।

संपवूनी आधूनिक जगाचे शिक्षण। गुरु भार्गवांच्या आदेशानं। सैनिकी शिक्षण घेण्यास सुर्यराजानं। केले नाशिक क्षेत्राशी प्रयाण।।१०९।। श्री त्र्यंबकेश्वर हे पुरातन दैवत। घालूनी दंडवत वणी सप्तश्रृंगीस। अभ्यास आरंभिला गुरूंच्या अधीनस्थ। युध्दकलेचा तो ।।११०।। जीवन हे एक युध्द समर।अंतर्बाह्य लढावे लागे फार। करुनी आव्हानांचा स्वीकार। सावध रहावे सतत ।।१११।। स्वत:शी युध्द हे शाश्वत। स्वउन्नतीसाठी चालते सतत। वैरयुध्द ही कलीकाळाची पैदास। जाणावे हे सत्वर ।।११२।। कलीने पेरले भेदाचे बीज। भ्रमाने आंधळा केला मानव समाज। लढू लागले मानव विसरुनी हितगूज। हरला बंधूभाव ।।११३।। जोवर कलीची मानव समाजावर पकड। घोंघावत राहतील युध्दाचे काळे ढग। संपवावा लागेल कलीराक्षस तो डोईजड। एक व्हा मानवांनो ।।११४।। योद्धयाने स्वत:ला जाणावे अगोदर। स्वत:मध्ये आधी व्हावे स्थीर।

सामर्थ्य, कमीपणाचा विचार। सूत्र ते प्रथम ।।११५।। मग करावा आपल्या शत्रूचा अभ्यास। जाणावे त्याची सामर्थ्ये, कमीपणास। कधीच कमी न लेखावे शत्रूस। द्वितीय ते सूत्र ।।११६।। मग जाणावे युध्दभूमी मैदान। क्षेत्र, काळ, वेळ, परिस्थितीचे भान। स्वत:स अनुकूल राहील याचे सतत भान। तृतीय ते सूत्र ।।११७।। युध्द हे लढावे केवळ धर्मासाठी। लोककल्याण मानवतेच्या रक्षणासाठी। लढावे निरपेक्षतेने न द्वेषापोटी। चतूर्थ सूत्र ते ।।११८।। उत्तम ध्येयातून वाढवावे आत्मिक बल। योग्य व्यायामे करावा मन, शरीराचा सांभाळ। मग गाजवावी शौर्याची तलवार। समाज उद्धारासाठी ।।११९।। आत्मिक बल हे प्रथम। द्वितीय ते मजबूत शरीर नियंत्रीत मन।। तृतीय ते बुध्दी, शौर्य,एकीचे धन। साथ द्यावी तंत्रज्ञानाची ।।१२०।। योद्धयास शिस्तही सर्वोपरी । सतत सहकाऱ्यांच्या हिताचा विचार करी। ठेवावी सर्वोच्च त्यागाची तयारी। विजयश्री खेचायया ।।१२१।। युध्द टाळण्यासाठी रहावे प्रयत्नरत। थांबवावा मानवा-मानवातील रक्तपात। युध्द हा शेवटचा पर्याय धर्मस्थापनार्थ। शांती हे परमध्येय ।।१२२।। युध्द लढावे केवळ कली सैतानाशी। अज्ञान, भ्रम, असमंजाशी। लढावे केवळ मानवतेच्या रक्षणासाठी। लक्षात ठेवावे सतत ।।१२३।। तेववूनी ज्ञानाचा दिवा। कलीसैतानाचा काळोख हरवा। सुकर होईल परमशांतीचा मार्ग नवा। स्वर्गसुखाची ती वाट ।।१२४।। तुम्ही भारतनिवासी। बुध्द जन्मला या देशाशी। शांतीत क्रांती हीच गती। स्मरावे सतत ।।१२५।। घ्यावी सम्राट अशोकाची शिकवण। प्रेमाने जग जिंकण्यास द्यावे प्राधान्य। पाशवी रक्तपात हा न खरा विजय। प्रेम हे शस्त्र अमोघ ।।१२६।। सतत स्मरावा गांधी। सत्य, अहिंसा, सत्याग्रहाची अमूल्य कुंजी। बलाढ्य शत्रू सुध्दा टाकीतो नांगी। तत्त्व ते महान

।।१२७।। वेद बोलला बहू अंगाने। संपूर्ण जग उजळले एक ब्रह्मतत्वाने। एका माता-पित्याची सारी संताने। न बाळगी फूकाचा शत्रूभाव ।।१२८।। इथे जन्मला ज्ञानदेव। भजिले संपूर्ण मानवजातीचे कल्याण। दान ते मागितले श्रेष्ठ पसायदान। विश्वाच्या देवापाशी ।।१२९।। जपावा बसवाण्णांचा अमूल्य ठेवा। उच्च-नीच भेदभाव आगीत जाळावा। पेटवावा समतेचा दिवा। मग न उरेल शत्रूत्व ।।१३०।। लढावे ते शिवछत्रपतीप्रमाणे। तत्त्वांसाठी खरे ते लढणे। कधीच दूजाभाव, वैर न बाळगणे। शिवछत्रपती हा आदर्श ।।१३१।। घ्यावा फूले-शाहू-आंबेडकरांचा आदर्श। झटावे वंचितांच्या उद्धारार्थ। सेवेत शोधावा जीवनाचा अर्थ। घाव घालाया युध्दाच्या मूळावर ।।१३२।। शांती हा शाश्वत मार्ग। युध्द हा विनाशाचा नर्क। लढावे केवळ शांतीप्रस्थापनार्थ। भजूनी मानवजातीचे कल्याण ।।१३३।।

जो तत्त्वांसाठी प्राण लावेल पणाला

बळ सत्याचे ज्याच्या मनगटाला

उचलेल शस्त्र जो न्याय-धर्म स्थापायला

पुत्र शोभे तो तूळजाभवानीला

खंडेरायाचे खड्ग लाभो त्याला

विठ्ठलकृपे पार करो भवसागराला

प्रिय तो कुलदैवताला

वाढवाया महाराष्ट्रधर्म

आता म्हणती गुरु भार्गव। उत्तरेकडे करावे प्रयाण। घ्यावी

राजधानी दिल्ली जाणून। मग तीर्थाटनातून देश अनुभवावा जवळून ।।१३४।।

ओलांडूनी विंध्य पर्वता। सूर्यराजा पोचला उत्तर देशा। गंगा-यमूनेच्या पावन प्रदेशा। दाखल झाला दिल्लीत ।।१३५।। दिल्ली ही इंद्रप्रस्थ नगरी। वसविली पांडवांनी खांडव देशावरी। चंद्रवंशाचा अभिमान भरुनी आला उरी।। सूर्यराजाच्या मनात ।।१३६।। विश्व महाराज श्रेष्ठ ययाती। देवयानी, शर्मिष्ठेचे पती। झाली पाच पूत्रांची प्राप्ती। वंशविस्तार जाहला ।।१३७।। यदूपासून झाले ते यादव। तूर्वसूपासून उपजले यवननाव। द्रुह्यू, अनू, पुरुपासोनी भोज, म्लेंच्छ, पौरवांचा प्रभाव । प्रसिध्द ती राजघराणी ।।१३८।। पुरुने त्याग केला महान। दिले पित्यास आपले यौवन। बनला उत्तराधिकारी त्यास्तव। कनिष्ठ जरी सर्वात ।।१३९।। पुरुपासोनी झाले ते पौरव। कौरव पांडवांचे ते पितामह। हस्तीनापूर, इंद्रप्रस्थातूनी वाढवी प्रभाव। चंद्रवंश तो महान ।।१४०।। कलीयुगे, इंद्रप्रस्थ नगरी बनली दिल्ली। आली मुसलमान, ब्रिटीश अंमलाखाली। तूर्वसू,अनूचे वंशज झाले सिंहासनाचे वाली। परका न कोणी असे ।।१४१।। साल होते ऐकोणीसशे सत्तेचाळीस। पुनर्जन्म मिळाला भारत देशास। तिरंगा फडकला लाल किल्ल्यावर दिल्लीत। देश स्वतंत्र झाला ।।१४२।। इतिहासाचे माणिकमोती। खेळती दिल्लीच्या अंगाखांद्यावरती। वसली दिल्लीची अनेक शहरे, वस्ती। यमूनेच्या छत्रछायेत ।।१४३।। आठ शहरे ही दिल्लीची। इंद्रप्रस्थ राजधानी पांडवांची। किला राई पिथोरा पृथ्वीराज चव्हाणांची। मग दिल्ली झाली मुसलमानांची ।।१४४।। ऐबकाने वसविली मेहरौली। खिलजी वंशाने सिरी। तुघलकाने आबाद केले तुघलकाबाद। फिरोजशहाने फिरोजाबाद ।।१४५।। शेरशहा सूरीचा तो शेरगढ। शहाजहानाबाद हा शहाजहानचा

गढ। लाल किल्ला, जामा मस्जिद, चांदनी चौक अजोड। मुघलांचे हे शहरबिनतोड ।।१४६।। मग दिल्ली झाली इंग्रजांची। चालली जादू न्यूटनची। वसविली नवी दिल्ली राजधानी देशाची। गोष्ट न्यारी त्या डामडौलाची ।।१४७।। आता दिल्ली राजधानी भारतीय गणराज्याची। सद्दी चाले मंत्रिमंडळ, प्रधानमंत्र्याची। स्थापना झाली सर्वोच्च न्यायालयाची। संसद ही प्रतिनिधी सभा भारत जनांची ।।१४८।। कुतूबमिनार हा उत्तुंग घेर। दर्गा निजामूद्दीन औलीयाचा थोर। नांदे हुमायून मकबऱ्यात शांती चिर। चहूकडे इतिहासाचा वावर ।।१४९।। मंदीर, मस्जिद, गुरुद्वारे। ख्रिस्तमताची गिरीजाघरे। नांदती चांदणी चौकात एकत्र सारे। भारत देशाचे महत्त्व न्यारे ।।१५०।। शेवटी सूर्यराज गेला निगमबोध घाटावर। प्राप्त केली पुन्हा ज्ञानाची बखर। हात जोडूनी यमुनातीरावर। दिल्ली नगरीस केला नमस्कार ।।१५१।।

सूर्यराज निघाला हिमालयाशी। हरिद्वार पाहूनी ओलांडली वेशी। सद्दी सुरु झाली महान पर्वतराजीची। जिकडे तिकडे भव्यतेची प्रचिती ।।१५२।। देवभूमी पर्वत हिमालय। तपस्वी, मुनींचे साधनालय। आकाशात पोचले त्याचे वलय। दिव्यत्त्वाचे उत्तुंग देवालय ।।१५३।। सर्वत्र उंचच उंच शिखरे। हिमाच्छादित सुंदर मनोरे। वृक्षराजी जणू सगेसोयरे। नयनसुख ते मनोहर ।।१५४।। ऋषीकेशात खळखळ ऐकली गंगेची। स्थानातुनी अनुभूती स्वर्गसुखाची। नमन करुनी माय गंगेशी। निघाला पुढील प्रवासासाठी ।।१५५।। कन्या दिव्य सूर्यनारायणाची। उगम पावली यमुनोत्रीशी। पावन अशी ती यमूना नदी। पूजिली तिच्या आरंभाशी ।।१५६।। गंगोत्रीवर गंगेचा उगम। स्वरुप तिचे पतित पावन। हात जोडूनी केले नमन। करुनी राजा भगीरथाचे स्मरण ।।१५७।। केदारक्षेत्रे शिवशंभोचे

घर। साधना केली तिथे प्रखर। जाणूनी परमतत्त्व अक्षर। उद्घोषिला महादेव हर-हर ।।१५८।। सत्युगाचे ते दिव्य धाम। बद्रीनारायण ईश्वर महान। लावूनी श्रीविष्णूचे ध्यान। केले हरीचे गुणगान ।।१५९।। दक्षिणक्षेत्रे श्री रामेश्वर। श्रीरामाने पूजिला परमेश्वर। त्रेतायुगे विजय मिळवला रावणावर। आता बारी कलीयुगावर ।।१६०।। द्वापारयुगीचा अवतार महान। द्वारकेत वसे श्रीकृष्ण भगवान। पूर्ण करुनी तृतीय धाम। सूर्यराज झाला बलवान ।।१६१।। श्रेष्ठ धाम जगन्नाथपूरी। विश्वाचा स्वामी समूद्रतीरावरी। कलीयुगातला तो कैवारी। दंडवत जगन्नाथाच्या पायावरी ।।१६२।। दर्शन घेतले बारा ज्योर्तिलींगाचे। सतीच्या एक्कावन्न शक्तीपीठांचे। पूण्य दर्शन ते भारतभूमीचे। फलित झाले तीर्थाटनाचे ।।१६३।।

पूर्ण करुनी ब्रह्मचर्याश्रमा। गेला गुरु भार्गवाच्या चरणा। म्हणे आदेश द्यावा करुनी गुरुवंदना। लागो देह तुमच्या कारणा ।।१६४।। गुरुराज झाले अतिप्रसन्न। पाहूनी शिष्य ज्ञानी, अतीनम्र। पूर्ण होवो तुझ्या माता-पित्याचे स्वप्न। दिले ऐसे आशिर्वचन ।।१६५।।

शिक्षण हा नित्य होम। पेटवत ठेवावा जोमानं। करावे ग्रहस्थाश्रमाचे पालन। रहावे माता-पित्याच्या आज्ञेन ।।१६६।। आता घडी ही परीक्षेची। गरज वेळीच सावध होण्याची। दुनिया ही कलीच्या भ्रमजाळाची। भक्ती एकमेव आशा तरण्याची ।।१६७।। करावे सत्य, धर्माचे आचरण। जगावे राम, कृष्ण, बुध्द, जिनांच्या आदर्शानं। लावावे इष्टलिंगाचे ध्यान। सतत मुखी हरीचे गूणगान ।।१६८।। शिकवण न विसरावी प्रेषित पैंगबरांची। ख्रिस्ताच्या प्रेममार्गाची। झरतुष्ट्र, मोसेस,

अब्राहमची। जीवनी स्मरावी महामानवांची ।।१६९।। डोळ्यासमोर ठेवावे ज्ञानदेवांचे पसायदान। बसवाण्णांचा मार्ग महान। तुकाराम, रामदासांच्या शब्दांचे भान। शिवछत्रपतींच्या स्वराज्याची जाण ।।१७०।। सतत करावे दत्तगुरुंचे स्मरण। नवनाथांचे जीवन महान। गुरु तत्त्व हे परम गहन। रहावे जाणून अलखूनिरंजन ।।१७१।। विश्वात मातृतत्त्व महान। रहावे जगदंबेच्या मर्जीनं। पांडूरंग चरणी जावे वारीमार्गानं। खंडेरायाचे ते सतत जागरण ।।१७२।। संगम साधावा पूर्व-पश्चिमेचा। पुरातन आधूनिकतेचा। मार्ग आचरावा गांधीचा। फुले-शाहू-आंबेडकरांचा ।।१७३।। गीत गावे टागोरांचे। पेरियारांच्या आदर्शाचे। टिळक-गोखले, आगरकरांचे। सावरकर, हेडगेवार, प्रबोधनकरांचे ।।१७४।। त्याग तो क्रांतीकारकांचा। भगतसिंग, सुखदेव, राजगुरुचा। अवाका नेहरु, पटेलांच्या कार्याचा। आदर्श घ्यावा स्वातंत्र्य लढ्याचा ।।१७५।। करावे महाराष्ट्र धर्माचे पालन। भारत देशाचे रक्षण। साधावे विश्वाचे कल्याण। आचरुनी मानवतेचा मार्ग महान ।।१७६।। हिंसा हे न समाधान। शांततेचा मार्ग महान। स्मरुनी देशाचे संविधान। चालावे त्याच्या आदर्शानं ।।१७७।। उत्तम ते स्वीकारावे अभिमानानं। कालबाह्य ते त्यागावे प्रेमानं। उत्तर मिळेल दूजाभाव त्यागल्यानं। विश्वातला सौहार्द प्रकटेल आपणहून ।।१७८।। व्हावे ब्राह्मण ज्ञानाने श्रेष्ठ। क्षत्रिय शौर्याने बलिष्ठ। वैश्य तो व्यापारनिष्ठ। शूद्र राहूनी सेवानिष्ठ ।।१७९।। बाळगावेत वन्यजनांचे गुण। रहावे शेतकरी, मेंढपाळ, कोळी, माळी होऊन। शाश्वततेची हीच खूण। जगावे पूर्णत्त्वानं ।।१८०।। बाळगावेत सर्व गूण। असावी सर्व कामांची जाण। संपवावी सर्व भेदाची घाण। ईश्वरास प्रिय तो मनुष्य सर्वगुणसंपन्न ।।१८१।। देऊनी ऐसा उपदेश। बोलले भार्गव गुरुश्रेष्ठ। सूर्यराजा तू कर कलीयुगाचे शिरकाण। उंचव

सत्यधर्माची पताका महान ।।१८२।। हीच माझी गुरुदक्षिणा हे जाण।
स्मरशील तेव्हा मी प्रकटेन। ऐसे वदूनी पावले अंतर्धान। भार्गवमुनी ते
।।१८३।।

❖❖❖

अध्याय ४ - संदेह

संपूर्ण करुनी ब्रह्मचर्याश्रम। पाऊल टाकले देवगिरीत सूर्यराजानं। कार्य ते अचाट पाहून। अचंबित सारे प्रशंसेनं ।।१।। पडला माता-पिता आप्तजनांच्या पायी। तव कृपे केली ही कठीण चढाई। आता लागो जीवन तुमचे ठायी। दुजे काही मागणे नाही ।।२।। उर भरुन येई माता-पित्याचा अभिमानान। पुत्र तो द्विज झालेला पाहून। म्हणे झाले हे सर्व ईश्वरकृपेनं। तारणहार तो ।।३।। आता पदार्पण करावे गृहस्थाश्रमात। विवाह करुनी थाटामाटात। समर्पावे जीवन कुटूंब, राष्ट्र, मानवतेप्रत। धर्म तोचि खरा ।।४।। पाळावेत सर्व कुळाचार। पिढ्यानपिढ्यांच्या वारशाचा सांभाळ। करावे जबाबदारीतून मुक्त आम्हा बाळ। आशा तूझवरी ।।५।। धन्य होईल जीवन अमूचे। मुख पाहूनी नाती-नातवांचे। मग खुशाल लागू मुक्तीच्या वाटे। करुनी जीवन संपूर्ण ।।६।। सूर्यराज म्हणे माता-पित्याला। तुमची आज्ञा सर्वोच्च मजला। पूर्ण करीन तुमच्या मनोरथाला। हेच कर्तव्य पुत्राचे ।।७।। पण कर्माचा हिसाब न्यारा। काय वाट्याला येईल याचा न थारा। भोग हे भोगावेच लागतात भोगायला। सुटे न त्यातून कोणी ।।८।। कलीकाळ पाहत असे सर्व लपून। गेले त्याचे धाबे दणाणून। न करु देईल कोणाला सत्य धर्माचे पालन। राज्य हे माझे ।।९।। वळवळे त्याच्या डोक्यातील सैतानी कीडा। म्हणे उध्वस्त कर सुखाचा हा वाडा। नाहीतर नागवेल तूला तो वेडा। सत्य मार्गावर चालूनी ।।१०।। कली झाला अतिगंभीर। कसा सुटला हा मोहमायेतूनी बाहेर। टाकू लागला भ्रमाचे भयानक जाळ। अडकावया सूर्यराज ।।११।। केला ज्ञानी साधूचा वेश।

बोलू लागे सूर्यराजास। म्हणे बाळ चुकली रे तुझी वाट। सावध हो लवकरी ।।१२।। जग हे मोहमायेचे। सत्याला दिवस वनवासाचे। का पालन करतोस सत्यधर्माचे। हो व्यवहारी ।।१३।। तू शिक्षणात अतिहुशार। हो व्यवस्थेचा नोकर। मोहमाया जमा कर भरपूर। होशील सुखी ।।१४।। सत्यधर्माने का पोट भरते कुणाचे। समाजात हसे होईल तूझे। बोट धर भ्रष्टाचाराचे। शहाणे म्हणतील सर्व ।।१५।। सर्वांची अपेक्षा तुझ्यापासूनी मोठी। बायका-पोरं मरतील उपाशी पोटी । फिरावे लागेल घालून लंगोटी। विचार करी आता ।।१६।। पैसा हे जगाचे वास्तव। मानवतेचे कल्याण हा केवळ भ्रम। जग ठेवूनी वर्तमानाचे भान। सुधर तू आता ।।१७।। राज्य करावे भेद पाडून। बलिष्ठाने कमजोरांचे खावे हक्कानं। हीच आहे जगण्याची रीत जाण। काय सांगावे तूला ।।१८।। पैशाने होते शिक्षण। आरोग्याचे तेचि साधन। सुखी जीवनाचे तेची निदान। जाण हे आता ।।१९।। पैशाविना न चाले राजकारण। न ही ते समाजकारण। वाटेल त्यामार्गे पैसा ओढणे यातच शहाणपण। सत्य तू जाण ।।२०।। हाल होतात नीतीने चालणाऱ्याचे । धडे घे तू इतिहासाचे। निती-अनिती, धर्म-अधर्म विषय भाषणाचे। आचरावा व्यवहार ।।२१।। रामाला भोगावा लागला वनवास। कृष्णावर आरोप राजरोस। हाती पात्र घेऊनी बुध्द भिक्षाटनास। देव ही न सुटला जगात ।।२२।। जगती काय हाल झाले ज्ञानेश्वरांचे। होलपटणे ते बसवाण्णा, कल्याण क्रांतीकारकांचे। जगणे दगदगीचे ते शिवछत्रपतीचे। कशास असल्या वाटेस जायचे ।।२३।। झेलूनी गोळी छाताडात। शेवटी गांधी तसबिरीत बंदिस्त। हेच जर फळ त्यागाचं। कशाला फिरावे जनतेसाठी उन्हातान्हात ।।२४।। वत्सा जाशील फार पुढे। गिरव भ्रष्टाचाराचे धडे। मोहमायेची जमा कर घबाडे। जगाचे

राज्य येईल तुझ्याकडे ।।२५।। जनतेला जखडावे जाती धर्म-वर्ण-वर्ग-लिंगाच्या कुंपनात। करावे राज्य होऊनी बिनधास्त। सुखाने जगावे मौजमजेत। याहून दुसरे काय असते स्वर्गसुख ।।२६।।

ऐकुन घेतसे सूर्यराज शांतचित्त। म्हणे सांप्रतकाळी ही जरी जगण्याची रीत। शहाण्याने न उतरावे या डोहात। कलीकाळ टपला तो जीव घेण्यास ।।२७।। बहू बोललात तुम्ही प्रेयस। परि यात किंचीतही नसे श्रेयस। असे जगणे न शोभे मानवास। जाणले मी आता ।।२८।। पैशावर करतील जे राजकारण। सत्तेसाठी भ्रष्ट आचरण। सर्वनाश तयाचा हे निश्चित जाण। वंश संपेल अशांचा पृथ्वीतलावरुन ।।२९।। सत्यमेव जयते हे ब्रीदवाक्य महान। सतत स्मरावे मानवानं। प्रवास करावा त्याच मार्गावरुन। मोहमाया हे मृगजळ, न भागे तहान ।।३०।। जे ओरबाडतील निसर्गाला। लुबाडतील भाऊबंद, मानवतेला। बांधाया स्वप्नांचा इमला। ते निश्चित जातील नरकद्वाराला ।।३१।। कलीने मानवांना केले गुलाम। मोहमायेच्या भ्रमजालानं। जगत आहे राक्षस मजेनं। मानवता मरते मोलमजुरीनं ।।३२।। मानवाचे काम फक्त भरणे बँकांची खाती। घेऊनी पापाचे ओझे डोक्याशी। क्षण सुध्दा नाही स्वतःला, कुटुंबासाठी। गुलामगिरीची ही भयानक पध्दती ।।३३।। ईश्वर या जगाचा मालक। जगावे त्याच्या तत्त्वाप्रत। न लागावे सैतानाच्या नादास। अन्यथा अटळ सर्वनाश ।।३४।। खरा तो एकच धर्म। जगाला प्रेम अर्पावे। सर्व भेदांना समूळ जाळावे। मानवतेला हृदयात कोरावे ।।३५।।

साधूवेशातील म्हणे कलीराक्षस। बाळ पोट हे पापाचे कारण। भ्रष्ट आचरणाशिवाय नाही मार्ग हे जाण। जावे लागेल त्याच वाटेनं

||३६|| सूर्यराज बोलला विश्वासाने। पोट सहज भरते निती मार्गाने। उत्तम जगता येते राहून धर्माप्रमाणे। भ्रष्टाचार निपजतो अतिलोभाने ||३७|| ऐसे जे आचरण। जेथे निसर्गाचे अमर्याद शोषण। पंचमहाभूतांचे प्रदूषण। त्यासी भ्रष्ट ऐसे जाण ||३८|| ज्यामूळे होते प्राणिमात्र, वृक्षराजीची अपरिमीत हानी। ऐसे आचरण घोर पापाची जननी। बुडवील मनुष्यास पृथ्वीवरुनी। त्यास म्हणावे भ्रष्ट ज्ञानीजनांनी ||३९|| जेथे करतो मानव मानवाची लुबाडणूक। अन्यायाने खातो इतरांचे हक्क। इतरांचा न्याय वाटा हरणे पाप। ऐसे आचरण भ्रष्टाचाराचे जनक ||४०|| जेथे भेद होतो मानव समाजात। माणसाला न मिळे समान हक्क, वागणूक। तणाव विसंवाद मानवा-मानवांत। ऐसे आचरण भ्रष्टाचारास कारक ||४१|| केवळ नफा हा ज्याचा आधार। मानवकल्याणाचा, निसर्गाचा जिथे शून्य विचार। विवेक विसरला जातो सारासार। तोच भ्रष्टाचाराचा आधार ||४२|| अनीतीचे राजकारण। लोभी उद्योगीजन। नितीमत्ताशून्य व्यवसायीजन। करिती भ्रष्ट आचरणास उत्पन्न ||४३|| जिथे संतान विसरते ऋण आईवडिलांचे। कल्याण पाहणे भाऊबंद, सगेसोयऱ्यांचे। कर्ज फेडणे राष्ट्र, समाज, गुरुजनांचे। ऐसे आचरण भ्रष्टाचारास जनते ||४४|| जिथे पती-पत्नी विसरतात ऐकमेकांची कर्तव्ये। महत्वकांक्षा आडवी येते दांपत्य सुखामध्ये। अहंकार वरचढ समजून घेण्यापुढे। त्यासी भ्रष्टाचार जाणावा गडे ||४५|| जे युध्दास होती कारणीभूत। बिघडवतील शांती मानवसमाजात। माजवतील रक्तपाताचा उत्पात। ती भ्रष्टाचाऱ्यांची जात ||४६|| जे धंदा करतात समाजसेवेचा। उद्योग तो पैसा लाटण्याचा। खेळखंडोबा समाजकल्याणाचा। वर्ण तयांचा भ्रष्टाचाऱ्यांचा ||४७|| जे विसरती आपल्या महान परंपरा, वारश्याला। तुच्छ लेखतील

स्वइतिहासाला। बळी पडून भ्रामक ज्ञानाला। समजावे तिथे भ्रष्टाचार निपजला ।।४८।। जे मानतात उच्च-नीच। पाहतात भेद विविध जाती, वंश, धर्माप्रत। भ्रष्ट ऐश्यांची प्रत। जाणावे हे निश्चित ।।४९।। जे पाहतील विसंवाद पूर्व-पश्चिमेत। आधुनिकता परंपरेत। पसरवतील द्वेष देशादेशात। तेच होती भ्रष्टाचारास कारक ।।५०।। जे विसरतील महती भारतभूमीची। तळमळ विश्वकल्याणाची। वसुधैव कुटुम्बकम् आदर्शाची। भ्रष्ट ऐश्यांची ख्याती ।।५१।। जे पाहती भेद महाराष्ट्राच्या प्रदेश, लोकांत। विसरतील मान देण्यास मायमराठीस। बुडवतील महाराष्ट्रधर्मास। नरकसुध्दा न लाभेल ऐश्या पापी, भ्रष्टाचाऱ्यास ।।५२।। ऐसे मंत्री अधिकारी। शपथ घेऊन संविधानाप्रती। जनकल्याणास देतील मूठमाती। भ्रष्ट म्हणून होईल ऐश्यांची गणती ।।५३।। जे न जाणतील ऐक्य शिवशक्तीचे। पाप करतील हरी-हरात भेद पाहण्याचे। ऐक्य पांडूरंग, खंडोबांचे। वाली होतील भ्रष्ट आचरणाचे ।।५४।। जे मानिती भेद उत्तर-दक्षिणेत। पसरविती विसंवाद आर्य-द्रविडात। दूजाभावे पाहतील मातृ-पितृभावास। कारणीभूत ते भ्रष्टाचारास ।।५५।। जे विसरतील चक्रधर,बसवाण्णा,ज्ञानेश्वर,तुकारामाला। भारतभूमीच्या थोर संतपरंपरेला। स्वातंत्र्यलढ्याच्या आदर्शाला। पोसतील ते भ्रष्टाचाराला ।।५६।। जे श्रमिक करतील कामचूकारपणा। शेतकरी विसरेल भूमीच्या लालनपालना। शिक्षक ते अध्यापना। भ्रष्टाचार हा त्यांचा पाहूणा ।।५७।। एक रुपयाची वस्तू विके दोन रुपयाला। तोंड बघून लूटे गिऱ्हाईकाला। समाधान विसरुन प्राधान्य नफ्याला। तेथे भ्रष्टाचार झाला ।।५८।। वैद्यक आरोग्य विसरुनी प्राधान्य देई धंद्यास। वकील व्यस्त असत्याला सत्य करण्यास। कंत्राटदार निपूण निकृष्ट कामात। भ्रष्ट जाणावे त्यास ।।५९।।

जे करिती खाजगी-सार्वजनिक भेद। देशाची संपत्ती उधळण्यास राजी सदैव। आणिती अविवेकी योजनांचे पेव। भ्रष्टाचार अश्यांची ठेव ।।६०।। जे मानतील भेद विविध धर्ममतांच्या ईश्वरात। थोर पुरुषांच्या पूरस्कृत जीवनमार्गात। लावतील सुरुंग मानवजातीच्या ऐक्यास। पोसतील भ्रष्टाचारास राजरोस ।।६१।। करिती जे निकृष्ट वस्तूचे उत्पादन। निसर्गाचे वाढवून प्रदूषण। करिती मानवांचे आरोग्य उणं। तेच ते भ्रष्टाचारीजण ।।६२।। जे न जाणती वेदांच्या योग्यअर्थाला। बुध्द, महावीर, आदिशंकराच्या संदेशाला। शब्दाप्रामाण्याला कवटाळून विसरतील मानवकल्याणाच्या तळमळीला। भ्रष्टाचाराचा राक्षस घालेल तयांवर घाला ।।६३।। न्यायाधीश जो न्याय न करी। मंत्री जो नसे लोकांचा कैवारी। अधिकारी जो केवळ करे हप्तेखोरी। भ्रष्टाचाराच्या गटाराची ती उगमस्थळी ।।६४।। जिथे भेद स्त्री- पुरुषात। माता-पिता फरक करिती लेक, लेकीत। वागणूक वेगळी पुत्र-सून, जावई-मूलीस। ऐसे आचरण आमंत्रण भ्रष्टाचारास ।।६५।। जो न जाणी महापुरुषांच्या ऐक्याला। बुध्द, महावीर, आदिशंकराला। झरतृष्ट, ख्रिस्त, पैगंबराला।। तो निश्चित भ्रष्ट झाला ।।६६।। जो पाहिल भेद धर्मसत्ता- राजसत्तेत। न जाणेल जगत्कल्याण हा एकच उद्देश। ईहलोक, परलोक हे चालतात हातात घालूनी हात। तयांची भ्रष्टाचाऱ्यांची जात ।।६७।। जे पाहतील भेद धर्मग्रंथामध्ये। गीता, बायबल, कुराण, गुरुग्रंथ, अवेस्तामध्ये। भाषा वेगळी तरी विचार एकच सर्वांमध्ये। भ्रष्टाचार तयांच्या बुध्दीमध्ये ।।६८।। जे पाहती भेद ज्ञानामध्ये। विज्ञान-अध्यात्मामध्ये। सकल सृष्टीच्या चेतनेमध्ये। तयांची नौका बुडे भ्रष्टाचारामध्ये ।।६९।। जे करिती भेद राजेशाही- लोकशाहीत। सन्मान न देती राजास। देती आमंत्रण

अराजकास। भ्रष्ट ऐसे बालिश ।।७०।। जो सन्मान न करी कायकाचा। उच्च-नीच पणा पाही कामाचा। तिरस्कार करे श्रमिकाचा। वाण तयांचा भ्रष्टाचाऱ्याचा ।।७१।। जो करील विश्वासघात। मोहमाया, धनाच्या लोभात। विसरुनी माणूसकीस। ऐसा भ्रष्टाचारी विनाशास प्राप्त ।।७२।।

राजा जो जनतेच्या सुखदु:खाचा न भागीदारी।

लोकप्रतिनिधी जनतेस सोडून देई वाऱ्यावरी।

मंत्री जो न जनतेचा कैवारी।

न्यायाधीश जो जनतेचा न्याय न करी।

सरकारी नोकर जो जनकल्याणाची वाट न धरी।

जो जो जनतेचा पैसा लाटितो करुनी कामचुकारी।

ऐश्यासी जाणावे भ्रष्टाचारी ।।७३।।

कली हा भ्रष्टाचाराचे मूळ। विणले मानवांभोवती भ्रमजाळ। पोसितो भ्रष्टाचाराची वेल सकल। बनला मानवतेचा महाकाळ ।।७४।। लागावे ईश्वराच्या चरणी। चालावे सत्पुरुषांच्या मार्गाहूनी। भवसागर न खोल हा कंबरेहूनी। विश्वास जागो मनोमनी ।।७५।। साधूवेशातील कलीराक्षस। घाली बोटे तोंडात, बघूनी ज्ञानाच्या प्रकाशास। म्हणे कोणते जाळ टाकू यास पकडण्यास। दिग्मूढ मी ।।७६।।

बाळ विचार तूझे फार थोर। परि त्यास व्यवहारिकतेचा न आधार। शांत होऊनी कर परिस्थितीचा विचार। न जाई आवेशावर ।।७७।। वत्सा कली हा रावण, कंस नसे। तो प्रत्येक मानवाच्या मनात वसे। जाळे त्याचे विस्तृत आभाळासारखे। सुटण्याचा त्यातून मार्ग नसे

।।७८।। तो महाबलवान। ईश्वरसुध्दा तयापूढे लहान। सत्ता-संपत्ती, अस्त्र-शस्त्र, मानवांचा तो मालक जाण। चिलटागत चिरडेल जो देईल त्यास आव्हान ।।७९।। तयाशी लढणे हे अशक्य काम। भीती तयाची मनात आण। सैतानाच्या मार्गास आपलेजाण। कली करेल तूझे कल्याण ।।८०।।

सूर्यराजा आला आवेशात। म्हणे दिसता जरी तुम्ही साधुवेशात। करीता सैतान कलीची वकालत। विसरुनी उच्च ते सिध्दांत ।।८१।। रामनाम हे अमूचे धन। आत्मबल सर्वोच्च महान। माणूसकीवर विश्वास गहन। फक्त विधात्याच्या भीतीची जाण ।।८२।। आम्ही राम,कृष्ण, बुध्दाचे पाईक। अब्राहम-ख्रिस्त-पैगंबराचे प्रशंसक। प्राण पणाला लावून वाचवू मानवतेस। सैतानाची लावूनी वाट ।।८३।। पाहूनी सूर्यराजाचा बाणेदारपणा। कलीची मती चालेना। ध्यान लावूनी करे साधना। म्हणे कोण हा असे? ।।८४।। पडला बुद्धीत प्रकाश। दिसे सूर्यराजात श्री विष्णूचा अंश। महान तो सूर्य-चंद्र वंश। कलीकाळ होई सावध ।।८५।। आता कली आला मूळ रुपावर। हात जोडूनी केला नमस्कार। म्हणे चुकले काही बोलण्यात फार। क्षमा करावी मजवर ।।८६।। तुम्ही परिक्षीत महाराजांचे वंशज महान। ज्यांनी पृथ्वीलोकावर मज दिले स्थान। जागावे त्यांच्या शब्दाशी आपण। व्हा मजसाठी दयावान ।।८७।। वास मी केला मानवी मनात। मजवर घाव पीडा देई प्रत्येकास। जरी राग आपला मजवर। करा मानवमात्रांचा विचार ।।८८।। उद्योग, राजकारण-धर्मकारण-समाजकारण। चालते भ्रष्टाचारावरच असू द्या जाण। जर भ्रष्टाचारावर घातिला घाला। आमंत्रण असे ते अराजकाला ।।८९।। भ्रष्टाचार माझा जीवप्राण। जर केले आपण त्याचे ताडन। प्राणरक्षणार्थ मी लढेन। महायुध्द

ओढवेल अशान।।९०।। विचार करावा पूर्वजांच्या वचनांचा। मानवमात्रांच्या हिताचा। खेळ चालू द्या भ्रष्टाचाराचा। मार्ग तो कल्याणाचा ।।९१।। कली पडे सूर्यराजाच्या पायावर। म्हणे कृपा असू द्यावी शरणागतावर। करुनी मानवमात्रांच्या हिताचा विचार। स्थान करा माजे अजरामर ।।९२।। शत्रू जो पडिला पायावर। काय उत्तर द्यावे त्यावर। सूर्यराजा शोधू पाहे मार्ग सत्वर। विचारचक्रव्यूहाचे ग्रहण सूर्यराजावर ।।९३।। समोर पाहूनी महायुध्दाचा विनाश। अराजक-सत्तपातास। झाला तो अर्जून गलितगात्र। मती गुंग झाली ।।९४।। पाहूनी भाव सूर्यराजाचे। कली मनोमनी हसे। नाटक करुनी प्रणामाचे। म्हणे निघतो आता ।।९५।। कली करु लागे सभेमध्ये फूत्कार। भ्रमित केले मी सूर्यराजास फार। करुनी शेवटचा वार। संपवितो तयासी सत्वर ।।९६।। सर्वांचे पाय ओढले मी खोलात। कोणीच न राहिले धूतल्या तांदळाचं। मारावे कोणाला, वाचवावे कोणास। कोडे हे न कुणा सुटायचं ।।९७।।

सूर्यराजा जगे विवंचनेत। माता पित्यास पडे भ्रांत। म्हणे काय दैवाचा हा कोप। चिंता झूरत जाई त्यास ।।९८।। जगी माय-बाप रुप ईश्वराचे। त्याहूनी दूजे दैवत नसे। हाल पाहूनी हे पुत्राचे। स्मरण करी सतत देवतांचे ।।९९।। केले नाना ते उपाय। परी मार्ग मोकळा न होय। अजून भोगायचे राहिले काय। जीवनसूर्य अस्ताकडे जाय ।।१००।। कालराक्षस तो कली। टपूनी बसला पुत्राच्या जीवावरी। माता-पिता तळमळ करी। वाचव रे ईश्वरा ।।१०१।। माता ही जगती सर्वश्रेष्ठ गुरु। म्हणे पुत्रा चिंतेत नको झुरु। ईश्वर तो सर्वशक्तीमान दयाळू। मानवतेवरचा विश्वास न देऊ ओसरु ।।१०२।। पाहूनी पूढच्या भविष्यास। दोघे पोहोचती काशीक्षेत्रास। स्नान करुनी गंगेत। पूजीला तो विश्वनाथ ।।१०३।। नमन केले

सूर्यनारायणा। पवित्र गंगेत अर्पिले तना-मना। ईश्वरा स्वीकारा बलीदाना। मार्ग दाखवा पूत्ररत्ना ।।१०४।।   संपविली जीवनयात्रा गंगेत। वीज कडाडली त्रिलोकात। आसन इंद्राचे डळमळीत। कलीराक्षस भयभीत ।।१०५।। जेव्हा रक्त सांडते निष्पापांचे, वस्त्रहरण माणूसकीचे। तांडव होते शिवाचे। भवानी रुप घेते कालीमातेचे। आगमन श्रीहरीचे ।।१०६।। कळली वार्ता सूर्यराजाला। गतप्राण तो तिथेच जाहला। पायाखालचा आधार हलला। आभाळाचा आसरा गेला ।।१०७।। सून्न झाली सारी इंद्रिये। बोध कशाचा न होय। डोळ्यांना पूर येय। दुनिया वाहून जाय ।।१०८।। जगणे मरणापेक्षा वाईट। दुर्दम्य ती आयुष्याची भोगवाट। कशासाठी जगावे हा प्रश्न पडं। गेला आयुष्याचा आधारवड ।।१०९।। अथांग दुःख पाहूनी शिष्याचे। अवतरण झाले गुरू भार्गवांचे। थांबव रणकंदन मनाचे। साठव अश्रू डोळ्याचे ।।११०।। सूर्यराजाचा बांध फूटला। पूत्र जो न फळे माता पित्याला। इह-परलोक त्याचा बुडाला। काय करु या आयुष्याला ।।१११।। गुरुश्रेष्ठ म्हणती शांत कर मनाला। स्मरे माता पित्याच्या बलिदानाला। पूर्ण कर तयांच्या स्वप्नाला। शांती लाभेल आत्म्याला ।।११२।। जगती माता-पिता श्रेष्ठ दैवत। घाम संततीसाठी गाळीत। प्राण देऊनी जपे हित। आशिर्वाद सतत पाठीशी असं ।।११३।। आयुष्याचे भोग न चूकले कोणाला। शोध जगी कशासाठी आला। पूर्ण करावे त्या ध्येयाला। मगच लाभशील मुक्तीला ।।११४।।   तू यादव राजपूत्र सदाशिव पूर्वजन्मीचा। आला जगती प्राण घ्याया कलीचा। झेंडा उंचवाया सूर्यचंद्र वंशाचा। आरंभ कराया नवयुगाचा ।।११५।। बहू घेतलासी शिक्षण गुरुकुलातूनी। परि आयुष्याची झोळी रिकामी। रहा लोकांत मिसळूनी। शिकाया आयुष्याची गाणी ।।११६।।   समाज हे

सर्वोच्च विद्यापीठ। अनुभवासारखा नाही दुसरा शिक्षक। ज्यांनी पाहिले ऋतू अनेक। धरे तयांची संगत ।।११७।। शिकूनी पोहण्याचे सिध्दांत। पाण्यात पोहता नाही येत। पाण्यात पडावे लागे त्यागत। व्हाया पोहण्यात निष्णात ।।११८।। ज्यांनी चटके भोगले आयुष्याचे। पड पायी त्या निरक्षरांचे। मर्म कळेल ते आयुष्याचे। माणिकमोती अनुभवाचे ।।११९।। स्वतः मरुन स्वर्ग ते बघायचे। आयुष्याचे भोग भोगून शहाणपण शिकायचे। दुसऱ्याच्या ठेचेपासून विसरू नको शिकायचे। दार मनाचे मोकळे सतत ठेवायचे ।।१२०।। शब्द बिचारे बापूडे। अर्थाविना दगडधोंडे। अनुभवाविना उपयोगी न पडे। लक्ष दे जगण्याकडे ।।१२१।। शब्द हे सत्याचे शरीर। अर्थ मनापर। अनुभव जाणावे ते आत्मसार। त्याहून निरर्थक सर्व फापटपसारा ।।१२२।। ठेवावी मनाची पाटी कोरी। त्यावरी ईश्वरी संदेशाचे लिखाण उतरी। विनयशील राहूनी सत्वरी। सतत शिकण्याची आस धरी ।।१२३।। सतत कवटाळावे मरणाला। मग लागशील जीवन जगायला। घालवावे मरणाच्या भीतीला। जगण्याचा अर्थ मरणात दडला ।।१२४।। लाटा सुख दुःखाच्या येती जाती। न भंगावी मनाची शांती। ज्यांची ध्येयाप्रती सतत जागृती। तेचि भवसागरा पार होती ।।१२५।। परत परत जगावी परंपरा। कळेल जगण्याचा अर्थ खरा। शरण जावे अनुभवाच्या महासागरा। शोधाया गहन प्रश्नांच्या उत्तरा ।।१२६।। जेव्हा ध्येय होईल जीवनाहूनी प्रिय। मगच मार्ग खूलत जाय। समर्पणाविना काही शक्य नाय। ध्यास ध्येयाचा तेवत ऱ्हाय ।।१२७।। प्राण आणि मान। ध्येयापूढे न असावी त्याची जाण। विश्वास हाचि प्रवास मान। परिस्थितीचे काही असो आव्हान ।।१२८।। सतत जगावे वर्तमानात। भान भूत-भविष्याचे ठेवत। संगम त्रिकाळाचा साधत। मन करुनी एकाग्रचित्त

।।१२९।। बाळकडू प्यावे वैराग्याचे। वाढवाया आरोग्य जीवनाचे। फूलवावे कर्माचे बगीचे। फूले ते ईश्वरचरणी अर्पायचे ।।१३०।। सर्वत्र चांगले पहावे। सर्वांना चांगले मानावे। गोड मानूनी घेत रहावे। जीवन क्षणोक्षणी उजवावे ।।१३१।। ज्यांना जीवन- मरण एक समान। कोणते मोठे त्याच्यापुढे आव्हान। जगावं मुक्तपणानं। जीवन व्हाव शांतीच गाणं ।।१३२।। ज्याने कोंडले स्वतःला। भिऊनी मरणाच्या भीतीला। नर्क त्याच्या जीवनाचा झाला। जीवंत असूनही प्राप्त मरणाला ।।१३३।। दुःखाने उर कशाला बडवायचे। अश्रू तूझे लाख मोलाचे। अस्त्र -शस्त्र करी तयांचे। प्राण हराया कलीराक्षसाचे ।।१३४।। शत्रू तू मोठा स्वतःचा। मित्र ही नसे स्वतःहून मोठा। सांभाळून घेत रहावे स्वतःला। सुखे पार कराया भवसागराला ।।१३५।। जगी असतो आपण एकटे। बाकी सर्व कर्मापूरते। भान ठेवूनी जगावे याचे। सुखी सुत्र ते जीवनाचे ।।१३६।। सतत कामी पडावे इतरांच्या। कक्षा वाढतील जीवनाच्या। आशिर्वाद हा दूर्मिळ ठेवा जगण्याचा। सेवाभाव प्रिय ईश्वराचा ।।१३७।। स्वच्छतेत वसतो ईश्वर। सफाईवर सतत द्यावा जोर। जीवन होईल सुंदर। कृपा कमलेची प्रसन्न कमलाकर ।।१३८।। तूझ्यात दडला अथांग सागर। स्मरण स्वतःच्या शक्तीचे कर। अंतर्मनी साक्षात वसे परमेश्वर। पेटवूनी विश्वासदीप शोध सुरु कर ।।१३९।। जगात कोणी लहान-मोठे। प्रत्येकाचीच वेळ येते। सोडूनी भेद भ्रमाचे। धडे गिरवावेत समरसतेचे ।।१४०।।

ऐकूनी गुरुंचे शब्द महान। दुःखाला आवरले सूर्यराजानं। घालूनिया अश्रूला बांध। स्वतःला सावरी ।।१४१।। म्हणे गुरु आशिर्वाद द्या मजला। दाखविल्या वाटेवर चालायला। पूर्ण करीन माता-पित्याच्या स्वप्नाला।

असो वरदहस्त तुमचा ।।१४२।। उतरला तो आयुष्य सागरात। जनमाणसांच्या संगतीत। अनुभवाची शिदोरी बांधत। पुढे चालला ।।१४३।। केली पंढरीची वारी। पडिला वारकऱ्यांच्या पायावरी। जाणिला श्री विठ्ठल तो साक्षात्कारी। प्रत्यक्ष अनुभवे ।।१४४।। गेला तुळजापूरला। लागिला भवानीच्या चरणाला। रुप जाणूनी अवाक् झाला। जगदंबा साक्षात् ।।१४५।। चढल्या जेजुरीगडाच्या पायऱ्या। केल्या खंडोबाच्या वाऱ्या। उभ्या महाराष्ट्राचे कूलदैवत साऱ्या। अनुभविला मल्हारी मार्तंड ।।१४६।। जाऊनी भीमाशंकराला। तपस्येने शंकर पूजिला। वरदहस्त तो लाभिला। जगताचे आदिकारण ।।१४७।। गाठली आळंदी इंद्रायणीकाठी। माती लावली ती ललाटी। बैसला ज्ञानराज समाधिस्त विश्वकल्याणासाठी। ठेवलि डोई पायावरी ।।१४८।। अभंगवाणी हा अनुभवाचा महासागर। तुकोबारायाने बोट ठेवले वर्मावर। अनुभवूनी ते चिरंतन अक्षर। केले स्वत:ला साक्षर ।।१४९।। नामा म्हणे ग्रंथ श्रेष्ठ ज्ञानदेवी। एकतरी ओवी अनुभवावी। वाक्य हे प्रमाण मानूनी। डुबकी मारली गीताज्ञानी ।।१५०।। गुरुतत्त्व हे महान। जाणिले श्री दत्तगुरुच्या उपासनेन। चक्रधर-नवनाथांच्या वाटे चालून। गुरुविन तारी न अन्य कोण ।।१५१।। समर्थांच्या पायी भीती गेली जीवनाची। श्रध्दा, सबुरी देणगी साईबाबांची। कृपा झाली गजाननाची। नौका मार्गी लावाया जीवनाची ।।१५२।। घेतले नाम रामाचे अतिपावन। रामकृष्ण हरी हा महामंत्र जपून। पवित्र केले अत:करण। जाणिले निर्गुण-सगून अनुभवानं ।।१५३।। अनुभवली बसवाण्णांची वचने। शिवाचे ते अमूल्य देणे। झटले मानवतेच्या कल्याणे। शरण ते महान ।।१५४।। पैगंबराचा संदेश महान। ख्रिस्ताची प्रेमाची देण। उपजिले महामानव सर्व विश्वातून। आत्मसात

केली शिकवण ।।१५५।। जीवन हा अथांग सागर। भरकटण्यास सदैव तत्पर। मर्यादा हे त्यावर उत्तर। सदैव रामचंद्र तो स्मर ।।१५६।। परंपरा, जीवन महामानवांचे। स्मरण सतत ईश्वराचे। भान मर्यादांचे देते। धडे गिरवावेत दासबोधाचे ।।१५७।। मर्यादा काळ-वेळे बदलती। सजग रहावे त्याप्रती। मर्यादेविना जीवन संपूष्टी। नौका ऐकमेव रामनामाची ।।१५८।। मर्यादेविना न जीवन। परी त्यांचे न व्हावे कुंपण। जगावे ते मुक्तपणात। चालूनी श्री कृष्णाच्या मार्गानं ।।१५९।। मर्यादेत होतो स्वातंत्र्याचा अविष्कार। जीवन मुक्तपणे होते साकार। समाजजीवनाचा पाया आधार। मर्यादेच्या आधारे होते निर्गुण, सगूण-साकार ।।१६०।। जेव्हा उल्लंघन होते मर्यादेचे। हेतू निर्मळ असावेत मनाचे। कर्म असावे विश्वकल्याणाचे। प्रयत्न सत्यधर्माच्या विजयाचे ।।१६१।। मर्यादांचे उल्लंघन। घोर नरकाचे कारण। म्हणूनी जगावे निर्भेळपणानं। कर्मे श्री कृष्णचरणी अर्पण ।।१६२।। न फार पडावे वादविवादात। चालावी बुध्दाची मध्यम वाट। महत्त्व द्यावे प्रत्यक्ष अनुभवास। पेटवूनी अंतरीच्या दिव्यास ।।१६३।। जीवन आपले स्वत:चे। घ्यावेत कष्ट अष्टांग मार्गावर चालण्याचे। उत्तर मिळेल जीवनाचे। दर्शन होईल सत्याचे ।।१६४।। वेद म्हणती नेती-नेती। सत्यापुढे शब्द हात जोडिती। अनुभवाशिवाय नाही मुक्ती। बुध्द हा महान सांगाती ।।१६५।। जेव्हा दर्शन होईल सत्याचे। पाश गळतील जीवनाचे। निशब्द होऊनी कायमचे। अनुभवाया निर्वाण बुध्दपदाचे ।।१६६।। प्रज्ञा, शील, करुणा। सुंदर करतील जीवना। बुध्द कलीयुगातील दिवा। कोळून पी रे मना ।।१६७।। बुध्द-धम्म-संघ हे निदान। मानवमुक्तीचे संविधान। मार्ग दिव्य तो जाण। शरण जावे त्रयीस महान ।।१६८।। समन्वयाचा महाभास्कर। श्रेष्ठ तो आदिशंकर। अद्वैत

सिद्धांताचा दिवाकर। गुरु सत्य सनातनाचा प्रखर ।।१६९।। त्यागात कैवल्य ज्ञानाची प्राप्ती। शरण जावे महावीराप्रती। स्वत:वर विजय सर्वात आदि। जाणिला जिन जाऊनी शरणागती ।।१७०।। महान विचार गुरु नानकांचे। शिष्य व्हावे तयांचे। पाठ करावेत गुरु ग्रंथ साहिबाचे। सैनिकत्व पत्करावे गुरु गोविंद सिंहाचे ।।१७१।। कबीर, मीरा, सुरदास, तुलसीदास। रामनामाचे, हरिनामाचे प्रसारक। विचार सोबत बाळगावे सतत। सुगम कराया जीवनाची वाट ।।१७२।। जेव्हा अवडंबर होते मूर्तीपूजेचे। विसरते भान मूळ रुपाचे। विसंवाद अंतर-बाह्यरुपाचे। अवतरण ते पैगंबराचे ।।१७३।। मूळरुपाला जाणून मूर्तीपूजा हे वरदान। मूळ रुपाला विसरुन शाप हे जाण। द्यावया मूळ निर्गूण रुपाचे भान। होते अब्राहम, मोझेस, पैगंबरांचे प्राकट्य महान ।।१७४।। कर्मकांड हे धर्माचे विधान। स्तोम माजता विसरते माणूसकीचे भान। द्यावयास प्रेमाच्या मूळ धर्माचे ज्ञान। ख्रिस्त प्रकटला तो महान ।।१७५।। सूफींचे समर्पण। जनकल्याण समरसत्तेची जाण। चिश्ती, निजामुद्दीन औलिया महान। जाणिला जाऊनी शरण ।।१७६।। घालून वळसा सह्यगिरीच्या गडकोटास। जाणिले शिवछत्रपतीच्या दिव्य कार्यास। रयतेच्या महान राजास। स्वराज्याच्या निधड्या बाण्यास ।।१७७।। सतत आठवावे शिवरायांच्या रुपाला। मान द्यावा शत्रुच्याही चांगल्या गुणांला। जसे श्रीरामाने पाठविले लक्ष्मणाला। रावणांकडून ज्ञानबोध घ्यायला ।।१७८।।

गांधी सर्वोच्च आदर्श आधुनिक युगाचा
अवाका नेहरु, पटेलांच्या कार्याचा
विचार टागोर, पेरियार, मालवीयांचा
गोखले, टिळक, आगरकरांचा

फूले, शाहू, आंबेडकरांचा
सावरकर, प्रबोधनकार, हेडगेवारांचा
सर सय्यद अहमद खान, मौलाना आझादांचा
भगतसिंह, सुखदेव, राजगुरुचा
घेऊन आधार या दिव्यांचा
मार्ग काढावा समन्वयाचा
भविष्याच्या वाटचालीचा।

भूतकाळाची भूते न नाचवावी
चांगल्या विचारांची देणी घ्यावी
कालबाह्य ते नम्रतेने त्यागावे
राष्ट्रास शांती, समृध्दी, एकात्मकतेकडे न्यावे।

आता तुम्ही वाहक या राष्ट्राचे
कुंपनावर बसून काय खेळ पहायचे ?
दिवस जबाबदारी घ्यायचे
आठवावे विचार महापुरुषांचे
समोर ठेवा चेहरे आपल्या लेकरांचे
धडे गिरवावे समन्वयाचे
विसरु नका लेकरांना चांगले भविष्य द्यायचे।

खडे खाल्ले पूर्वजांनी
म्हणूनी पेढे चाखतो आम्ही

जे आपण पाहतो वाईट
त्याचे आपल्या लेकरांना न दिसावे मुख
तरच या जीवनाचे सार्थक।

एक ही धरती
एक तो सूर्य
एक तो चंद्र
एक ही अमुची भारतमाता
एक ही सर्व मानवता
हे ईश्वरा, सर्वत्र प्रकाश होवो ज्ञानाचा।

जेथे जेथे होते ईश्वराचे नामसंकीर्तन
विश्वकल्याणाची ज्याला जाण
मानव धर्म वसे कण-कण
अशा सर्व मार्गास आपले मान
न पहावे बाह्य अवडंबराला
महत्त्व द्यावे अंतरीच्या विचाराला
जो मार्ग शांती समन्वय कल्याणाकडे चालला
तोचि म्हणे आपूला।

म्हणती गुरु भार्गव महान। सूर्यराज प्रगती तूझी उत्तम। परी जोवरी
मातृत्त्वाची न जाण। कार्य न होईल पूर्ण ।।१७९।। जगती माता ही सर्वश्रेष्ठ।
गाठावे माहूर सिध्दक्षेत्र। व्हावे माय रेणूकेच्या कृपेस पात्र। जागृत करुनी
सात चक्र ।।१८०।। सूर्यराज पोहोचला माहूरक्षेत्रासी। माय परशूरामाची

जेथे वसती। तपस्या करुन योगसाधनेची। जागविले सप्तचक्रांसी ।।१८१।। कठोर साधना केली मातेची। परि अज्ञानाची रात्र तशीच्या तशी। निर्धार करुनी पडिला मायचरणाशी। म्हणे माय द्यावे मुक्ती ।।१८२।। रुप तुझे बहू दृष्टीस मोहक। परि आस तत्त्वरुपाची अंत:करणास। जगदंबे ज्ञान द्यावे मातृतत्त्वाचं। शिर अर्पितो तव चरणास ।।१८३।। सूर्यराजाची माता। आली रेणूकारुपा। म्हणे बाळ उठ तू आता। प्रकाश होऊ दे ज्ञानाचा ।।१८४।। मातेपूढे सर्व मानव समान। सर्व लेकरे तिची हे जाण। लेकरांना वाचविण्या तिचे प्रयत्न। तिचा तो ऐकमेव प्रेमभाव ।।१८५।। ती भेद न करे चांगले-वाईट। वाटिते प्रेम समरुप। लेकरांच्या सुखात तिचे सुख। आनंद तिचा समपर्णात ।।१८६।। तिचे मारिणे सुध्दा तारिणे। उद्देश लेकरांना सुधारिणे। योग्य मार्गास लाविणे। द्वेषाचा त्यात लवलेश न पहाणे ।।१८७।। सांप्रति कलीराक्षस बहू मातला। मोहमायेचा भ्रमजाळ पसराविला। वाम मार्गास लाविले मानवाला। अंत:काल त्याचा निकट आला ।।१८८।। रुप त्याचे अतिमायावी। वसितो मानवाच्या मनोमनी। जाळे टाकून भ्रमाचे। शिरकाव करितो मानवांचे ।।१८९।। तू बाळग मातृभावाला। समदृष्टीने पहा सकळांना। जागृत करुनी प्रेमभावाला। वाहून घे मानवकल्याणाला ।।१९०।। पसरावा ज्ञानाचा प्रकाश। उद्धारिण्या मानवमात्रास। संधी प्रत्येका सुधारण्यास। सत्यधर्मावर चालण्यास ।।१९१।। कोण कसा वागिला। लक्ष न द्यावे याला। सुधारावे अपूल्या कर्माला। पार कराया भवसागराला ।।१९२।। ज्याचे कर्म त्याच्या नावे। दुसऱ्याच्या कर्माकडे न पहावे। प्रत्येकाने आपल्या कर्माला सुधारावे। समदृष्टीने जगाकडे पहावे ।।१९३।। दुसरा वाईट वागला म्हणून न वागावे वाईट । प्राधान्य द्यावे प्रेमभावास। जो प्राप्त करील ऐश्या

भावाला। मारिणे तयांचे कारण तारणाला ।।१९४।। कोण तरेल, कोण मरेल कर्म ठरवील ज्याचे त्याचे। आपण आपले काम करायचे। माणूसकीला सांभाळायचे। बाकी विधात्यावर सोडून द्यायचे ।।१९५।। ऐसा श्रेष्ठ ज्ञानी कर्ता भक्त जो जाहला। सहज लागेल मुक्तीतीराला ।।१९६।। आदिमाय सती पार्वती भवानी। वसे मऱ्हाटदेशी साडेतीन पीठातूनी। आशिर्वाद दिला हात उंचावूनी। संपेल कलीराक्षस तूझ्या हातूनी ।।१९७।। पाहूनी वरदहस्त मातेचा। गुरु भार्गव टाकती निःश्वास सुटकेचा। म्हणे धावा करावा आता काशीचा। संकल्प करावा कार्याचा ।।१९८।। काशीक्षेत्रे केले गंगास्नान। माता अन्नपूर्णा–विश्वनाथाचे पूजन। कालभैरवाचे पावन दर्शन। कर्मे पूर्वजांच्या ऋणातून। ।।१९९।। केला धावा माय गंगेचा। म्हणे हा देह तूझा तूच वाचव आता। करुनी संकल्प सत्यधर्मस्थापनेचा। प्रण केला कलीकाळ संपविण्याचा ।।२००।। प्राप्तकरुनी माय गंगेची कृपा। स्मरिली माता पित्यांची आभा। पूजीला गुरु समर्थपणे पाठीशी उभा। अनंत ती हरीलीलेची शोभा ।।२०१।।

❖❖❖

अध्याय ५-लढाई

कलीसिंहासन हादरे। सूर्यराजा तांडव करे। सैतानाचे उडे फेफरे।
आता काही नाही खरे ।।१।। कलीकीडा म्हणे सैतानाला। रोख त्या
सूर्यराजाला। विघ्न घाल त्याच्या कार्याला। अन्यथा सर्वनाश झाला ।।२।।
घोषणा करीत सभेत। कली जमवे सर्व हस्तक। साम-दाम-दंड-भेद
वापरत। म्हणे चारी मुंड्या कराव्या चित ।।३।। कष्ट केले म्या हजारो वर्ष।
आता भोग घेण्याचे दिस। कोण हा ईश्वराचा आला दूत। उडवावे त्याचं
मुंडकं ।।४।। प्रकाश न पसरो ज्ञानाचा। अंधार राहो मोहमायेचा। न जागो
मानव त्याच्या स्वरुपा। अडकून माझ्या भवपाशा ।।५।। हाता-तोंडा
आला घास। आता प्रत्यक्ष होऊन प्रकट। राज्य करीन पृथ्वीचं। बसूनी
विश्वसिंहासना ऐटीत ।।६।। मानव जर लागला स्वकल्याणाशी। कोण
भरेल मोहमायेची खाती। वेळ येईल उपासमारीची। जर बुडाली नौका
भ्रष्टाचाराची ।।७।। भ्रष्टाचार हा महान गुण। कलीपरीवार जगे त्या
आधारानं। लागू करीन त्याचं संविधान। चूलीत जाळावे सद्गुण ।।८।।
घडी आता अटीतटीची। प्रत्यक्ष पृथ्वीवर उतरण्याची। ईश्वरदूतांना कायमचे
संपवण्याची। बेडी ठोका मानवांना गुलामगिरीची ।।९।। सूर्यराजा शत्रू
केला मी घोषित। कार्य संपवा त्याचं पृथ्वीवरचं। न लागो नाव ऐकाव ते
परत। गाणं सर्वत्र कली जयजयकाराचं ।।१०।। संपली कली सैतानाची
सभा। सर्व म्हणती असेच होईल बघा। संपवूनी टाकू सूर्यराजा। राज्य
करील तो कलीराजा ।।११।।

गुरु भार्गव म्हणती सूर्यराजाला। वेळ न आता विश्रांतीला।

सर्वतोपरी लागावे कार्याला। गड ध्येयाचा भला थोरला ।।१२।। कार्य तूझे ते धर्माचे। काही न चाले एकट्याचे। दोनाचे चार हात करावयाचे। स्वीकारावे बंधन विवाहाचे ।।१३।। गृहस्थाश्रम हा सर्वश्रेष्ठ आश्रम। धर्मपालनाचे कारण। होईल मातापित्याचे पूर्ण स्वप्न। ध्येय त्याआधारे पूर्ण ।।१४।। सूर्यराजा म्हणे गुरुला। काळ कलीचा चालला। जोडीने कसे तरावे भवसागराला। अशक्य दिसे ते मजला ।।१५।। विवाह ईश्वर निर्मीत हे जाण। पार करावेच लागेल ते दिव्य। संसार करावा माता-पित्यांच्या साक्षीनं। सुंदर करील ते जीवन ।।१६।। विवाह दोन जीवांचा संगम। सांप्रतकाळी अती कठीण। दोघांनी एक होऊन रहावं। समर्पणानं एकमेका वाहून घ्यावं ।।१७।। विवाह नसे हा प्रसंग। आयुष्यभराचा तो संग। समजून घेण्यास अपूरे पडे युग। बाजूला सारावेत गैरसमज ।।१८।। करावा ऐकमेकांचा सन्मान। बाजूला करावेत मानापमान। रहावे शंकर पार्वती समान। दोन शरीर एक ते सीताराम ।।१९।। मान द्यावा परस्परांच्या स्वातंत्र्याला। उभयंताच्या इच्छेला। पूर्ण करावे ऐकमेकांच्या हट्टाला। आयुष्याचा आनंद त्यात दडला ।।२०।। क्रोध न करावा विनाकारण। विस्कटते आयुष्याची घडी हे जाणून। प्रश्न सोडवावेत शांतीनं। काळ हे सर्व रोगांचे निदान ।।२१।। विवाह हे धर्माचे साधन। भोग विलासाचे नाही ते आंगण। एकमेकांचा वापर न करुन घेणं। कर्मे करावीत ईश्वरसाक्षीनं ।।२२।। विवाह हे युध्दाप्रमाण। सतत ते जागरुक राहणं। आले मरण तरी हसत स्वीकारावं। पर निष्ठेस न बाजूला सारावं ।।२३।। गूपीते ठेवावी ऐकमेकांत। दुसऱ्यास न पाडावे त्यात। शेवटपर्यंत सांभाळावा विश्वास। सुखी जीवनाचा घेऊनी ध्यास ।।२४।। मोठे करुन सांगावेत ऐकमेकांचे गुण। दुर्गुण बाजूला ठेवून। परिपूर्ण व्हावे एक होऊन। हसत रहावे दुःख

झाकून ।।२५।। शेवटी आयुष्यात असतो आपण एकटे। सर्व सोबती धर्म कर्मापूरते। विवाह हे सर्वात सुंदर नाते। साथी दोन जीवाभावाचे ।।२६।। करावा ऐकमेकांच्या नातेवाईकांचा सन्मान। बाजूला सारावा दुजाभाव। चालावे वडिलधाऱ्यांच्या मार्गदर्शनान। सुखी जीवनाचे सूत्र ते जाण ।।२७।। पत्नी हे प्रकृतीचे रुप। पती पुरुषचैतन्याचं। दोघांना वेड ऐकमेकांचं। सृष्टीची परिपूर्णता त्यात ।।२८।। व्हावे एकमेकांचे मातापिता। संतती-मित्र-सखा। सुखदु:खात समान उचलावा वाटा। मंगल होऊ दे जीवनवाटा ।।२९।। जगी कोणी नसे सर्वगुणसंपन्न। माणूस चुकीच्या पूतळ्याचे नाव। मनातील भाव समजून घ्यावं। चूकभूल माफ करत जावं ।।३०।। जगती माता सर्वश्रेष्ठ। स्त्रीचं पत्नीरुप हे कर्मापूरतं। मातेचाच भाव असावा त्याप्रत। माताच तारेल भवसागरात ।।३१।। पती-पत्नीचे स्थान हे समान। कोणीच श्रेष्ठ-कनिष्ठ नाही हे जाण। गाडी चालते परस्पर विचार विनीमयानं। जीवनधर्म जगावा जोडीनं ।।३२।। कोणी कोणाच्या आहारी न जाणे। विवाहबंधनात जगावे स्वतंत्रपणे। काय सांगावे काय लपवावे भान ठेवणे। कल्याण ऐकमेकांचे साधीत जाणे ।।३३।। कधी न पडावे वाद विवादात। रागाला स्थान नसावे विवाहात। विजय माघार घेण्यात। सुखशांती नांदते सौहार्दात ।।३४।। व्हावी ऐकमेकांची ढाल तलवार। झेलाया आयुष्याचे वार। दृढ करुनी निर्धार। लावावी जीवननौका पार ।।३५।। विवाह तयाचे नाव असे। जयातूनी परस्परांचे कल्याण साधते। धर्मकार्याची पूर्ती होते। वंशाची वेल वाढते ।।३६।। घ्यावी जबाबदारी ऐकमेकांची। साथ असावी कायमची। निष्ठा सहजीवनाची। घडी बसेल आयुष्याची ।।३७।। चूक ती खुशाल सांगावी। खदखद मनात न दाबावी। बदल्याची भावना न ठेवावी। नदी जीवनाची मोकळी वाहावी ।।३८।।

शेवटी कर्म असते प्रत्येकाचे। फळ ज्याला त्याला भोगायचे। दुसरा चुकला म्हणून न चुकायचे। शेवटपर्यंत सांभाळून घ्यायचे ।।३९।। विवाह हे सुंदर बंधन। परस्परांचे व्यक्तीमत्त्व खूलावे त्यातून। स्वातंत्र्य वहावे मर्यादेतून। जीवन व्हावे अवीट गाणं ।।४०।। प्रेम-कर्तव्ये-जबाबदारी। विवाहाची त्रिसूत्री भारी। पदोपदी निभवावी प्राणापरी। पाऊला पाऊलास खबरदारी ।।४१।। पिता हे जीवनाचे आकाश। पतीचं नातं ठेवावं कर्मापूरतं। भाव ठेवावा पित्यागत। पिता छत करतो जो प्राणाचं ।।४२।। एकनिष्ठ रहावे रामसीते प्रमाण। राजकारण करावे लागले जरी कृष्णाप्रमाण। साथ निभवावी क्षणोक्षण। रामसीतेचा आदर्श घेऊन ।।४३।। एकनिष्ठता श्रीरामाची। जीवनदृष्टी श्रीकृष्णाची। सन्यस्तता बुध्दाची। ह्रदयी मूर्ती रामसीतेची ।।४४।। विवाह हे संसार मुक्तीचे साधन। प्रत्येकास करावा लागे आवर्जुन। एकट्यास जीवन अशक्य हे जाण। काहीतरी असावं जगावं ज्याच्या आधारानं ।।४५।। कोणी विवाह करती ध्येयाशी। समर्पिती जीवन त्याप्रती। जगती ठेवूनी सन्यस्तवृत्ती। ध्येय हेच पति, पत्नी, संतती ।।४६।। घटा-घटात प्रकृती पुरुषाचा समागम। प्रत्येकास पूर्णत्वाची आस हे जाण। प्रेम हे पूर्णत्वास पोचण्याचे साधन। आधी पूर्णत्व साधावे स्वत:हून ।।४७।। विवाह स्त्री-पुरुषाचा। पाया गृहस्थाश्रमाचा। मार्ग जगत् कल्याणाचा। ध्यास जीवनमुक्तीचा ।।४८।। धर्मपत्नी जी पुरुषाची। वंदनीय सर्वाप्रती। जशी पार्वती शिवाची। श्री नारायणाची ।।४९।। आधार जो पत्नीचा। पुतळा पुरुषार्थाचा। जसा महादेव सतीचा। श्री विष्णू लक्ष्मीचा ।।५०।। विवाह हे संतती प्राप्तीचे साधन। श्रेष्ठ कर्मे करावीत उभयंतानं। उत्तम संतती निपजेल पुण्यानं। जीवन धन्य पितरांचे ऋण फेडून ।।५१।। प्राप्त होता संतती। समर्पावे जीवन

त्याप्रती। भूमीका दोघांची मातापित्यांची। फलप्राप्ती संसारसुखाची ।।५२।। ऐकूनी विवाहाचे महत्त्व थोर। सूर्यराजा करे मन खंबीर। म्हणे आज्ञा असावी गुरुवर। कन्या कशी असावी उपवर ।।५३।। गुरुराज करिती गूजगोष्टी। स्वर्गात बांधिल्या विवाहगाठी। साथ जीवनकार्यात महत्त्वाची। न पाही इतर अटीतटी ।।५४।। ध्येय आपले डोळ्यासमोर ठेवावं। साथ कोण देईल ते पहावं। भ्रामक गोष्टीत न सापडावं। लवकर विवाह उरकून टाकावं ।।५५।। राणासुर राजाची कन्या ती कल्याणी। सर्वगूणसंपन्न शुभलक्ष्मी। शोभेल तूला जशी शिवास भवानी। श्री विष्णूस नारायणी ।।५६।। श्रीपूर नगर ते थोर। यथाकाळ गाठावे सत्वर। प्रणाम करुनी माता-पिता, वडील-थोर। मागणी घालावी कन्येस उपवर ।।५७।। वंदन करुनी गुरुला। निरोप धाडीला कन्येच्या माता-पित्याला। सोबत घेऊनी आप्तस्वकीयांना। सूर्यराज श्रीपूर नगरात पोचला ।।५८।। सूर्यराज म्हणे कन्येच्या मातापित्याला। धर्मपत्नी म्हणून स्वीकारेल कल्याणीला। विनंती आपण स्वीकारावे मला। साथ असू द्यावी धर्मकार्याला ।।५९।। पाहूनी वर सर्वगुणसंपन्न। आनंदीत कल्याणीचे मातापिता, आप्तजन। हाच शोभेल कन्येस पती जाणून। स्वीकारले सूर्यराजास जावई पूत्र म्हणून ।।६०।। सूर्यराज भेटे कल्याणीस। अश्रू ओथंबले डोळ्यात। जन्मोजन्मीचं अतूट नातं। सदाशिव अंबिका एकत्र परत ।।६१।। आली लग्नघटीका समीप। सनईचे मंगल सूर दाही दिशांत। विवाह झाला थाटामाटात। जोडा लक्ष्मी-नारायणाचा मंडपात ।।६२।। सूर्यराज-कल्याणी निघाले देवगिरीला। निरोप देती माता-पिता, स्वकीय साश्रू नयनाला। आशिर्वाद देती सर्व नवदंपत्याला। शिव अंबिकेचा जगताचा संसार सुरु झाला ।।६३।। गुरु भार्गव आशिर्वाद देती नवदांपत्यास। म्हणे विलंब न आता शुभकार्यास।

विश्वसिंहासनावर बसवावे जोडीस। राज्याभिषेक करावा राजा-राणीस ।।६४।। राजा रामचंद्राचे दिव्य सिंहासन। सुरक्षित देवगिरीत युगायुगातून। ग्रहण करण्याची आली घडी महान। सूर्यराज कल्याणी होती पदस्थापन ।।६५।। झाला राज्याभिषेक दोघांचा। अंमल सुरु झाला सत्यधर्माचा। आला काळ निकट कलीचा। राज्यकारभार आता विठ्ठल-रुक्मीणीचा ।।६६।।

ऐकूनी सर्व शुभसमाचारास। सैतानी कीड्याचा होई जळफळाट। म्हणे कलीकाळा लागेल तुझी वाट। सूत्र घे आता हातात ।।६७।। विपरीत घडे पृथ्वीलोकात। शत्रू लग्न करे थाटामाटात। बसे सिंहासनी ऐटीत। असे कसे झाले तूझ्या अंमलात ।।६८।। कलीसैतान दहाडला जोरात। किंमत मोजावी लागेल मानवास। बिगूल वाजवा युध्दाचं। संपवितो हे नाटक कायमचं ।।६९।। सैतानाचा आदेश हस्तकाला। उतरा तुरंत पृथ्वीलोकाला। घ्या रुप आता मानवांचे। सुरु करा तांडव थैमानाचे ।।७०।। विश्वसिंहासन महाराष्ट्रदेशे देवगिरीनगरात। पसरा आधी तिथं। घ्यावे महाराष्ट्र शासन ताब्यात। वाटोळं करा मानवसमाजाच ।।७१।। घ्यावे विश्वसिंहासन मजसाठी। सूर्यराज कल्याणीच्या कार्याची इतिश्री। काढावी सत्यधर्माची अंतेष्टी। भोगेन पृथ्वीसह श्री ।।७२।। घेती कलीहस्तक रुप मानवांचे। उतरती भिन्न प्रदेश-देशे। शिजू लागले भांडे कटकारस्थानाचे। विश्वसिंहासन ताब्यात घ्यायचे ।।७३।। अज्ञान झाला मुख्य कर्णधार। भ्रम, भेदभाव, भ्रष्टाचार। भय, विश्वासघात, व्यभिचार। सुरु झाला दहशतीचा व्यापार ।।७४।। काम, क्रोध, लोभ, मोह, मद, मत्सर। षड्रिपू घेती मानवरुप मनोहर। प्रकटले मृत्यू, नरकयातना सत्वर। खेळ सुरु झाला भूतलावर ।।७५।। अज्ञान म्हणे सर्व हस्तकांस। आधी

घ्या महाराष्ट्र राज्य ताब्यात। मग बुडवू भारतास। विश्व ते येईल हातात ।।७६।। हस्तक म्हणती कर्णधारास। महाराष्ट्र मानतो शिवछत्रपतींच्या कार्यास। महापुरुष- संताच्या आदर्शास। कसे ताब्यात घ्यावे यास ।।७७।। कर्णधार म्हणे हस्तकाला। पैसा उत्तर सर्व प्रश्नाला। तुम्ही पसरा सर्व क्षेत्राला। लागा पेट्या जमा करायला ।।७८।। आल्या आता निवडणूका। जागोजागी करा आपले उमेदवार उभा। साम, दाम, दंड, भेद वापरुन जिंकू प्रतिनिधीसभा। बसवा मला एकदा मुख्य प्रधानपदा ।।७९।। सगळीकडे पसरवा भ्रष्टाचार। शासन-धर्म-आर्थिक व्यवहारांवर। जमवा पापाचा पैसा भरपूर। बुडवावे सद्गुण सत्वर ।।८०।। वरदान परिक्षिताचे कलीराजास। म्हणे रहा तू जुगारखाने, वैश्यालये, सोन्यात। दारुअड्डे, कत्तलखान्यात। पसरवा गावोगावी लोण यांचं ।।८१।। एकदा का लोक लागले यांच्या नादास। विसरुनी जातील सर्व आदर्शास। जमा होईल पैशांची रास। वापरु ती निवडणूकांत ।।८२।। आदेश झाला भेदभावाला। भेदाची वाळवी लावावी समाजाला। भांडत ठेवावे लोकांना। कोणीच न रोखेल आपल्याला ।।८३।। भ्रम म्हणे मी पसरेन लोकांत। हरेन सर्वांच्या बुध्दीस। चांगले-वाईट न कळे लोकांस। आपोआप येती कलीच्या जाळ्यात ।।८४।। भय, विश्वासघात, व्यभिचार। तुम्ही सुरु करावा व्यापार। छळावे लोकांना भरपूर। मगच येतील ते वठणीवर ।।८५।। हिंसा-विद्वेष-दहशतवाद। पसरवा चहुकडे विनाशाची आग। वाढवावा सर्वत्र वादविवाद। होईल जनता भयाने गलितगात्र ।।८६।। एकदा का आले आपले सरकार। बसलो मुख्य प्रधान पदावर। पाठवेन सज्जनांना वनवासावर। कलीहस्तकच फक्त सत्तास्थानावर ।।८७।। नाव सतत घ्यायचे शिवछत्रपती-गांधीचे। फूले-शाहू-आंबेडकरांचे। काम मात्र

फक्त कलीचे। आपण हस्तक सैतानाचे ।।८८।। मऱ्हाटदेशे पसरे अज्ञानाचा अंधकार। भ्रमाने केले वातावरण धूसर। वाढे सर्वत्र भ्रष्टाचार। भेदभाव, हिंसा, दहशतवाद डोक्यावर ।।८९।। नजर लागली मऱ्हाटदेशाला। कलीहस्तक लागले समाज पोखरायला। लोक विसरती आदर्शाला। सर्वत्र द्वेषाचा कोहराम माजला ।।९०।। कणखर राकट मराठबाणा। लेचापेचा झाला आदर्शाविना। शाप दूहीचा चैन पडू देइना। एकाचा पायपोस एकाला लागेना ।।९१।। कलीहस्तक लागती नाचायला। सुरुंग लागला मराठीगडाला। म्हणे घाव शेवटचा तो घाला। संपवूनी टाकू महाराष्ट्राला ।।९२।। निवडणूका आल्या तोंडावर। कलीहस्तकांचा लोकपक्ष तयार। अज्ञान ठगाजीराव कर्णधार। मुख्य प्रधानपदाचा दावेदार ।।९३।। घुसले सर्व दलांत सैतानाचे पूत। आदर्श विचारधारांची लावली वाट । सज्जन कार्यकर्ते निघाले निकालात । सत्तेसाठी षंढ बसले गू खात ।।९४।। म्हणे स्वर्ग करेन महाराष्ट्राला। मोफत सर्व वस्तू जनतेला। परत आणेन रामराज्याला। पूर्ण करेन शिवछत्रपतीच्या कार्याला ।।९५।। लावले जाती-धर्मात भांडण। जनता त्रस्त कलीहस्तकांच्या कोल्हेकूईनं। रोज वेगळं रडगाणं। नाटकाचा बाप राजकारण ।।९६।। खोटं बोल पण रेटून बोल। वरुन भांडण आतून गोलगोल। पापाचा पैसा खाऊन ईमानदारीचे बोल। सगळीकडे झोलमोल ।।९७।। निवडणूक झाली पैसेवाल्यांची। वाट लागली सज्जनांची। स्पर्धा ती ठकबाजांची। हत्या झाली लोकशाहीची ।।९८।। ईमानदार कार्यकर्ते पडले बाजूला। काळ्या पैश्याच्या बळावर उमेदवारी कलीहस्तकांला। भर चौकात लोकशाहीचा खून झाला। पापाच्या पैश्यापूढे कुत्रं पुसेना ईमानाला ।।९९।। खऱ्याची माय वनवासाला। खोट्याची तूप-रोटी खायला। चहूकडे नुसता गलबला।

चौकाचौकात विवेकाचा फडशा पडला ।।१००।। पैसा देऊन माणसं सभेला। मता-मताचा रेट ठरला। दारु पैश्याचा पूर आला। करोडोचा खर्च हजारावर दाखवला ।।१०१।। आपण उमेदवार भाऊ-भाऊ। खेळ खेळूयात च्याऊ माऊ। सत्तेसाठी एकत्र येऊ। जनतेला मूर्ख बनवू ।।१०२।। कोडे पडे शिवछत्रपतीला। गांधी तसबिरीत रडला। बाबासाहेबांचा शब्द खरा ठरला। कलंक लागला संविधानाला ।।१०३।। पूत्र मानवाचा ठगला गेला। लागूनी कलीहस्तकांच्या नादाला। विसरला आपल्या आदर्शाला। डाग मायमराठीच्या पदराला ।।१०४।। लोकशाहीच्या चौथ्या खांबाला। सुरुंग कलीहस्तकांनी लाविला। प्रसारमाध्यमांत पैश्यांचा बोलबाला। सत्य गेले वनवासाला ।।१०५।। सगळीकडे संशयकल्लोळ। निवडणूक यंत्रणेवर सवालाचे बोल। खरे खोटे एकमोल। विश्वास झाला मातीमोल ।।१०६।। जाती-धर्माच्या नावाने मत। चांगूलपणा बाराच्या भावात। लोकशाहीची वासलात। जनता खाटकाच्या दारात ।।१०७।। सगळीकडे तूफान प्रचार। आरोप प्रत्यारोपाचे वारं। कमरेचं काढून डोक्याचा सांभाळ। लाज-लज्जा झाली सुकाळ ।।१०८।। कोणाकडे न उरले सद्गुण। एकमेकांचे मोजिती दूर्गण। माझ्याकडेच ते शहाणपण। इतर ते मुर्खांची खाण ।।१०९।। म्हणे पूर्वपिढ्यांची पूण्याई। स्वतःचे कर्तृत्त्व काही नाही। सांगे जनतेस मत मला देई। बसवा मला तुमच्या डोई ।।११०।। पिता-पुत्र, जावई-सासरे। लेक-सून, सगे-सोयरे। मिळून सारे काम करा रे। महाराष्ट्राला लुटू चला रे ।।१११।। प्रचारासाठी पैसा जमा केला। अर्धा महाराष्ट्र प्रॉमिस केला। जनता गेली तेल घ्यायला। कमी नाही सैतानाच्या मौजमजेला ।।११२।। जनता ही देशाची मालक। विसरुन गेले सर्व लोक। काय झालं

संविधानाच्या आदर्शाच। दुःख बघवेना महाराष्ट्राच ।।११३।। जमेल तिथे धाकटदपाशा। मत दे नाहीतर पाडू फडशा। लोकशाहीचा झाला हशा। रक्त मलीन दाही दिशा ।।११४।। उद्योग जोरात कुंडलीचा। चूपचाप बस नाहीतर वाचेन पाढा पापाचा। नंबर माझ्याकडे यमदूताचा। दरवाजा उघडेल जेलाचा ।।११५।।

झाली अखेर निवडणूक। निकालासाठी सर्व उत्सूक। ठगाजीराव म्हणे सरकार तर माझंच। राज्य स्थापेन कलीसैतानाचं ।।११६।। ठगाजीरावाचा दावा खरा ठरला। पण अकरा कमी पडले बहुमताला। घोडेबाजाराला ऊत आला। भाव चढला गगनाला ।।११७।। कोटी-कोटी शिलेदारांची किंमत। आश्वासनांची झाली खैरात। गोड गाजर मंत्रीपदाचं। म्हणे कल्याण होईल सात पिढ्यांचं ।।११८।। विश्वास बसत नाही कूणाला। या भूमीत शिवछत्रपती जन्मला। माणसासारखा माणूस विकला गेला। जनतेचा हात कपाळाला ।।११९।। झाले स्थापन खिचडी सरकार। ठगाजीराव बैसले मुख्य प्रधान पदावर। मंत्रीपदासाठी मारामार। एकमेकांचा पत्ता कापण्यासाठी वार ।।१२०।। कामाचा विचार न कोणाला। महत्त्व मलईदार खात्याला। जिथे भरपूर कुरण चरायला। तेच हवे आपल्याला ।।१२१।। पोलिस आणि महसूल प्रशासन। चालेल ठगाजीरावाच्या निर्देशानं। बाकी घ्यावे सर्वांनी वाटून। मलई भेटावी समसमान ।।१२२।। प्रशासनाचे मुख्य दोन चाक। जीव सरकारचा पोलिस, महसूलात। म्हणे आधी लावावी त्याची वाट। मगच राज्य येईल ताब्यात ।।१२३।। बाजूला करावेत सज्जन-ईमानदार। कलीहस्तकांचा फक्त विचार। पैसे घेऊनच पदाचा कार्यभार। सांगेल ते ऐकावे त्याने

तत्काळ ।।१२४।। टार्गेट द्या प्रत्येकाला कोटी-कोटीचे। वेळेवर हप्ते भरायचे। फार पुढे आपणांस जायचे। भ्रष्ट सर्वांना करायचे ।।१२५।। यापुढे भरतीत। भरावीत आपलीच माणस। मिंधे होतील कायमचं। काम तळवे चाटायचं ।।१२६।। लावा भांडण प्रशासनात। जाती-धर्म-प्रदेशाच्या नावात। भांडत बसतील ऐकमेकांत। आपली ती सुकर वाट ।।१२७।। गटबाजी पसरवा चहूकडे। आपण मांजर दोन माकडांमध्ये। लोणी संपवू खाऊन थोडे थोडे। लोक बघत बसतील तोंडाकडे ।।१२८।। टेबलागणीस बसवा सैतानाचे पूत। टक्केवारीच निवद खात। जनतेचे प्रश्न उकीरड्यात। लोकांना मारावे हेलपाट्यात ।।१२९।। फाईलींची असावी कासवगती। उकळावा माल टेबलाटेबलावरती। भरुन वाहावीत आपली खाती। मजा करावी जनतेच्या कमाईवरती ।।१३०।। सगळीकडे पसरावे अवैध धंदे। दारु-वेश्यालये, जुगारअड्डे। जनतेला ठेवा व्यस्त त्यामध्ये। बंद होतील दिमाखाची कवाडे ।।१३१।। करावा सर्वत्र विकास। देश करुन टाकावा भकास। टक्केवारीचा असावा ध्यास। लोकांना घालावे खड्डयात ।।१३२।। प्रत्येक वर्षी तीच कामे। रस्ते बांधणे, खड्डे बुजवणे। बंद न व्हावीत आपली दुकाने। कामे करावीत निकृष्टपणाने ।।१३३।। प्रत्येकाने काहीतरी संस्था उभारणे। शिक्षणसंस्था-उद्योग कारखाने। लुटीची ती उत्तम साधने। सोय पिढ्यांपिढ्यांची लावणे ।।१३४।। दूर्लक्ष करावे राज्यकारभाराकडे। अधिकारी-कर्मचारी जनतेकडे। जेव्हा खावी लागतील चिपाडे। आपोआप वळतील भ्रष्टाचाराकडे ।।१३५।। आणावा योजनांचा महापूर।पैसा फिरवावा समर्थकांत सर्वदूर। करावा प्रसिध्दीचा धूर। लोकांच्या तोंडाला पाने पुसावीत भरपूर ।।१३६।। जनता देशाची मालक। पण ठेवावी ती झोपड्यांत। आपण म्हणवून घ्यावे सेवक। रहावे

आलिशान महालात ।।१३७।। लोकांसाठी लोकशाही। आपल्यासाठी मोगलाई। सत्ता, संपत्ती अन वरकमाईची मलाई। यांची सर्वत्र चंगळ व्हावी ।।१३८।। मंदीरासारखे नाही कमाईचे साधन। प्रशासक असावा आपला बसून। पैशाची नदी वाहेल वेगानं। देवा-बिवाशी काही न देणंघेणं ।।१३९।। लोकांना नाद लावा खेळांचा। क्रिकेट, कबड्डी, खो-खोचा। वाहील भरपूर पैसा। मन व्यस्त धोका नाही क्रांतीचा ।।१४०।। विकत घ्यावीत प्रसारमाध्यमे। खरे-खोटे आपणच ठरवणे। सतत फोकसमध्ये रहाणे। जनतेला वेड्यात काढणे ।।१४१।। उद्योगधंदे, खनिजसंपत्ती। वाटून टाकावी चमच्यांमधी। होईल कायमची चांदी। सुवर्णयुगाची ती नांदी ।।१४२।। सरकारी संपत्ती काढावी लिलावात। आपणच घ्यावी कवडीमोल भावात। करोडोचा माल पदरात हजारात। जनतेच्या संपत्तीवर आणावी टाच ।।१४३।। ठेवा बाजूला ते संविधान। पायदळी तूडवा न्याय-कायदे-कानून। राज्य चालवावे वरील नियमानं। देव आपला तो कलीसैतान ।।१४४।। कर्ज करावे भरपूर। कर लावावे बेसुमार। मोडावी लोकांची कंबर। वाकून करतील नमस्कार ।।१४५।। जो वरील नियमास घेई हरकती। समजवावे त्यास प्रेमापोटी। जर राहिला का ठाम भूमीकेवरती। पाठवावे त्यास स्वर्गाप्रती ।।१४६।।

श्रेष्ठ ते भारताचे संविधान। प्रेरित स्वातंत्र्यलढ्याच्या आदर्शानं। लिहील बाबासाहेबांच्या कलमानं। गिळूनी टाकल भ्रष्टाचारानं ।।१४७।। स्वातंत्र्य, समता, बंधूता। न्याय, लोकशाही, धर्मनिरपेक्षता। उरले केवळ शोभेपुरता। आली ती कलीसैतानाची सत्ता ।।१४८।। जनता झाली ती गुलाम। त्रस्त अन्याय-गळपेची-विषमतेनं। कलीहस्तक लुटती देश

आळीपाळीनं। काय-काय बघावे लोकांनं ।।१४९।। ज्या महाराष्ट्राने पाहिले चक्रधर, ज्ञानदेव, बसवेश्वर। दिला विश्वकल्याणाचा विचार। तिथे वाढले जाती-धर्मात वैर। सर्वत्र दंगली-दहशतवादाचा धूर ।।१५०।। जिथे जन्मले शिवछत्रपती। करुनी अठरापगड जाती-धर्माची युती। वाढविली स्वराज्याची महती। तो मऱ्हाटसमाज दुभंगला जाती धर्मामदी ।।१५१।। जिथे झाले टिळक, गोखले, आगरकर। प्रबोधनकार, स्वातंत्र्यवीर, हेडगेवार। जागवला विवेकाचा विचार। अविवेक तिथ करु लागे संचार ।१५२।।। ज्यांचा वारसा फूले-शाहू-आंबेडकरांचा। न्याय-समता-बंधूतेचा। तिथे नाचू लागे अन्याय-विषमता। लुटली गेली मराठी जनता ।।१५३।। कलीसैतान हस्तकांस बोले। महाराष्ट्र मेला राष्ट्र मेले। मराठ्यांविना राष्ट्रगाडा न चाले। आता लावावे दिल्लीचे डोहाळे ।।१५४।।

आधी घ्यावी मुंबई ताब्यात। महालक्ष्मीचा तिथे वास। कुरण नाही त्यासारखे चरण्यास। अब्ज-अब्ज मिळती एका क्षणात ।।१५५।। सैतानाचे पूत। तुटून पडले मुबंईत। घेऊनी शहर ताब्यात। माजविला घोर लुटपाट ।।१५६।। पाहुनी जनतेचा हाहाकार। सुर्यराज कल्याणी गाठती तुळजापूर। पडले भवानी चरणावर। कुलस्वामिनी महाराष्ट्राची थोर ।।१५७।। मायभवानी देई आशिर्वाद। म्हणे गाठावे मुंबई शहरास। वसते मी तिथे मुंबादेवीच्या रुपात। होईल कलीसैतानाचा नि:पा।त ।।१५८।। पाळूनी भवानीच्या आदेशास। सूर्यराज कल्याणी आले मुंबई शहरास। मायेच्या महासागरास। स्वप्नलोकाच्या नगरात ।।१५९।। मुंबई हे महानगर। वसते समुद्रतीरावर। राजधानी महाराष्ट्राची प्रखर। करते सर्वांचा सांभाळ ।।१६०।। इथे श्रीरामाचा निवास। बाणगंगा वाहते जोरात। शिव

वाळकेश्वर मंदीरात। हर हर महादेव बाबूलनाथ ।।१६१।। श्रीकृष्णाची द्वारका। बुडाली द्वापारअंता। प्रकटली मुंबईच्या रुपा। झाली मुंबादेवीची कृपा ।।१६२।। श्रीकृष्णाचा इथे वास। बाळगोपाळ गोविंदाच्या रुपात। होते दही हंडी जोरात। उत्साह मावेना गगनात ।।१६३।। सिध्दीविनायक श्रीगणेश। श्री वसे महालक्ष्मीच्या रुपात। गणेशोत्सव उत्सव साजरा धुमधडाक्यात। होते कृपेची बरसात ।।१६४।। हाजी अली समुद्रबेटावर। ख्याती ज्याची सर्वदूर। कृपा असे सर्वांवर। लहान-सहान आणि थोर ।।१६५।। मूळ वस्ती कोळी बांधवांची। आली राजवट इंग्रज लोकांची। सरशी झाली उद्योग-व्यापाराची। मुंबई बनली सर्व जाती-पंथाची ।।१६६।। आदिशक्ती सती पार्वती। प्रकटली मुंबई बेटांवरती। मुंबादेवी म्हणूनी तिची किर्ती। मुंबई चाले तिच्या कृपेवरती ।।१६७।। मुंबई हे बंदर थोर। व्यापार चाले सर्वदूर। उद्योगधंद्यांचे माहेर। चित्रपटांचे स्वप्न नगर ।।१६८।। इथे अतिश्रीमंताचा वास। मध्यमवर्ग असे आश्रयास। संधी श्रमिकांना घाम गाळण्यास। माय मुंबई भरवते घास सर्वांस ।।१६९।। असे हे महानगर। वसले मायमराठीच्या कुशीवर। करीते भिन्न-भिन्न लोकांचा सांभाळ। मऱ्हाटदेश माझा उदार ।।१७०।। या दिव्य नगरावर। पडली कलीसैतानाची काळी नजर। बकालपणा, भेदभावाचा असूर। सर्वत्र अराजकपणा भेसून ।।१७१।। समुद्रदेव शहराचा जीवप्राण। नासविला सांडपाणी, प्रदुषणानं। गेले शहराचे हिरवेपण। सगळीकडे काँक्रीटची घाण ।।१७२।। कलीचे हस्तक। लुटती नगरास राजरोस। भ्रष्टाचार, हप्तेखोरी, टक्केवारी, खंडणीचे पीक। लावली शहराची वाट ।।१७३।। पाहूनी मंबईचे दूषण। सूर्यराजाचे व्यथित मन। मायमुंबादेवीच्या चरणी जाऊन। म्हणे माते करावे मार्गदर्शन ।।१७४।। मुंबादेवी म्हणे सूर्यराजाला। बाळ स्थिरस्थावर

कर मनाला। जमीन संपते मुंबईला। जागा नाही पूढे पळायला ।।१७५।। हेचि आता युध्दाचे मैदान। शस्त्रे घ्यावीत पाजरुन। शत्रू समोर तो सैतान। राज्य चालवितो मुंबईहून ।।१७६।। कली सैतान शत्रू घोर। अतिमाजला तो मुजोर। करितो मानवपुत्रांची शिकार। पसरुनी अज्ञानाचा अंधकार ।।१७७।। अज्ञान ठगाजीराव बनला मुख्यप्रधान। नाचितो महाराष्ट्राच्या छातीस बसून। राज्य टाकावे त्याचे उलथून। मानवपूत्रांचा विवेक जागवून ।।१७८।। सैतान मायावी अतिशातीर। घेतिले रुप मानवांचे मनोहर। सैतान-मानव भेद ओळखणे कठीण फार। ज्ञानाचा प्रकाश हेच त्यावर उत्तर ।।१७९।। पसरवावा ज्ञानाचा प्रकाश। जागवावे सर्वांच्या विवेकास। विवेक जागूनी जे लागती सत्यमार्गास। मानव म्हणूनी ओळखावे त्यांस ।।१८०।। जे न सोडती अधर्मास। डुकरासमान लोळती भ्रष्टाचारात। ती जाणावी सैतानाची जात। लावावी ऐश्यांची वहिवाट ।।१८१।। ठार करावे अज्ञानाच्या अंधकाराला। संपवावे भेदभाव-भ्रष्टाचार-गुन्हेगारीला। एक करावे सर्व मानवाला। द्यावा सत्यधर्माचा मार्ग विश्वाला ।।१८२।। घेऊनी आदिशक्तीचा आशिर्वाद। सूर्यराज निघाला कार्यास। ज्ञानाचा प्रकाश पसरवण्यास। मानवांचा विवेक जागवण्यास ।।१८३।।

वीर लेकरे मायमराठीचे।

रक्षक तुम्ही भारतमातेचे।

अग्रदूत विश्वकल्याणाचे।

उठा आता जागे व्हावयाचे ।।१८४।।

देवाने बनवले तुम्हा स्वप्रतिमेत।

सत्य-धर्म ही आयुष्याची दोन चाक।

काय लागलात सैतानाच्या नादास।

संपवूनी टाका अधर्मास ।।१८५।।

जागा आपल्या वारशाला।

परशुरामाच्या न्यायप्रियतेला।

राम-कृष्ण, बुध्द, महावीरांच्या आदर्शाला।

संतांच्या संदेशाला ।।१८६।।

रुप समोर ठेवा पांडुरंगाचे।

खड्ग ते खंडोबाचे।

अतःकरण मायभवानीचे।

तुम्ही संतान शिवजगदंबेचे ।।१८७।।

काय विसरलात शिवछत्रपतीला।

स्वराज्याच्या आदर्शाला।

स्वातंत्र्यलढ्याच्या यज्ञाला।

लाखांच्या आहूतीला ।।१८८।।

पैगंबरांच्या संदेशाला।
ख्रिस्ताच्या प्रेमाला।
संतांच्या विचाराला।
अब्राहम-झरतुष्टांच्या वचनाला ।।१८९।।

या भूमीत लिहीले पसायदान।
अभंगवाणी ती महान।
मानवतेची लाख वचन।
तिथे सैतानाचे काय काम ।।१९०।।

ज्ञानदेव, बसवाण्णा, चक्रधर।
नामदेव, तुकाराम, चोखामहार।
एकनाथ-रामदास, संत पीर।
स्मरावा गुरुगोविंदांचा लढा प्रखर ।।१९१।।

विसरु नका गांधीच्या बलीदानाला।
टिळक, गोखले, आगरकरांच्या हालअपेष्टांना।
फूले-शाहू-आंबेडकरांच्या विचाराला।
जागा मायमराठीच्या दूधाला ।।१९२।।

संपूवूनी टाक भ्रष्टाचाराला।

जाती धर्माच्या भांडणाला।

उच्च-नीचतेच्या विचाराला।

 शोभा आणा मानवतेला ।।१९३।।

विदर्भ, मराठवाडा, खानदेश।

पश्चिम-उत्तर महाराष्ट्र, कोकण, मुंबई प्रदेश।

यांची व्हावी एकजूट।

पांग मायमराठीचे फेडण्यास।

एक करावा भारतदेश।

साधण्या विश्व कल्याण ।।१९४।।

तोल सुटला पंचमहाभूतांचा।

सर्वत्र प्रकोप धरणीकंप, वादळवारा, पर्जन्य, पूर, अवर्षणाचा।

मानवांनो सोडा सोडा मार्ग तो हव्यासाचा।

नाहीतर धोका समूळनाशाचा।।

भ्रष्टाचार लाख डोक्यांचा भस्मासूर।

पसरला समाज, धर्म, अर्थ, प्रशासन, राजकारणावर।

नासविली भूमी दूषीत जलवायु फार।

पाळेमूळे खोदावी तयाची सत्वर।

विनाशकाळ बसला डोक्यावर ।।१९५।।

वाढ समजू नका सुजीला।

कलीकाळ बहू घालतो खायापियाला।

शेवटी नेईल तो कापायला।

लेकरा-बाळांच्या जीवावर तो टपल।

भीक घालू नका भ्रमाला।

केवळ सत्यच जाईल विजयाला ।।१९६।।

प्रत्येकाने जागावे स्वधर्मास।

स्मरुनी गीता वचनास।

पूर्ण करावे कर्तव्यास।

लागावे सत्यधर्माच्या वाटेस।

गौरवांकीत करावे माता-पिता, मातृभूमीस।

उज्वल भविष्य द्यावे लेकराबाळांस ।।१९७।।

संधी प्रत्येकाला भेटते चूक सुधारण्याला।

कबूल करुन मनोमन गुन्हे शरण जावे ईश्वराला।

कर्मापूरती संपत्ती ठेवून बाकी अर्पावी निसर्गसंवर्धन,

प्राणिमात्र, मानवकल्याणाला।

माफ करो ईश्वर सद्गती लाभो, जो प्राप्त ऐश्या मार्गाला ।।१९८।।

शेवटची संधी ही मानवांस।

आपली वाट सुधारण्यास।

यापूढे जे चालू ठेवतील कुकर्मास।

बंद होईल तयांची जीवनवाट।

काय म्हणावे ऐश्या पापी सैतानाच्या बकऱ्यास।

प्राप्त कायमचा जो नरकास ।।१९९।।

हे ईश्वरा सर्वांना चांगली बुध्दी दे, आरोग्य दे।

सर्वांना सुखात, आनंदात, ऐश्वर्यात ठेव।

सर्वांच भलं कर, कल्याण कर, रक्षण कर।

आणि तूझे गोड नाव अखंड मुखात राहू दे ।।२००।।

घेऊनी मानवमुक्तीचा संदेश। सूर्यराजा फिरला महाराष्ट्राच्या कानाकोपऱ्यात। संदेश पोचला भारतदेश, जगात। मिळाली कोटी-कोटी अनुयायांची साथ ।।२०१।। खुलली मानवमुक्तीची कवाडे। जागृत झाले

लोक सगळीकडे। सत्यधर्माचे गाती पोवाडे। अधर्मास पळता रान थोडे ।।२०२।। कलीसैतानाचा डाव लोकांना कळला। लोक उतरले शांतीपूर्ण आंदोलनाला। संपवूनी टाकाया भ्रष्टाचाराला। भेदभाव, जातीपातीला ।।२०३।। झाली मानवजात एक। करुनी द्वेषाचा नि:पात। बळ महान ते एकीचं। भाग्य उजळलं मानवतेचं ।।२०४।। राजकारणी, कर्मचारी, प्रशासक। धर्मगुरु, व्यापारी, उद्योजक। शेतकरी, श्रमजीवी, सामान्यलोक। पालन करिती सत्य संविधानाचं ।।२०५।। हिंदू, मुस्लीम, शीख, ईसाई। जैन, बौध्द, लिंगायत, पारसी, ज्यु अनुयायी। हम सब है भाई भाई। इन्सानियत से बडा कोई धर्म नाही ।।२०६।।

पाहूनी क्षोभ लोकांचा। ठोका चूकला कलीसैतानाचा। पाऊस पाडतो फर्मानांचा। थांबवाया जनतेचा रेटा ।।२०७।। सैतान म्हणे ठगाजीराव मुख्यप्रधानास। ही शेवटची संधी तुम्हांस। तोंड बंद करावं जनतेचं। दूकान चालू ठेवावं भ्रष्टाचार, भेदभावाचं ।।२०८।। ठगाजीराव मुख्य प्रधान। कली हस्तकांची फौज घेऊन। साम-दाम-दंड-भेद वापरुन। भिडला जनतेशी सर्व शक्तीनं ।।२०९।। म्हणे जनतेस आधी दाखवावे गाजर। न ऐकल्यास काठीचा जोर। वचक ठेवावा सर्वांवर। कोणी न येवो आंदोलनावर ।।२१०।। द्यावी छोटी-मोठी नोकरी। खिशात शे-पाचशेची नोट कोरी। आधी तूझे तोंड बंद करी। देशाचे फक्त आम्ही कैवारी ।।२११।। जर जनता कायम भूमीकेशी। विष कालवावे अन्नाशी। गाठ पाडावी रोगराईशी। जाईल बिदात कायमची ।।२१२।। फोडल्याशिवाय जनतेस। राज्य करता नाही येत। भूत उकरुन काढा इतिहासाच। माजवा लोण दंगली-रक्तपाताचं ।।२१३।। आयात करावेत दहशतवादी।

बॉम्बस्फोट करावेत शहरा-शहरामधी। वहावी सर्वत्र रक्ताची नदी। मग अक्कल येईल डोक्यामधी ।।२१४।। भरुन वाहू द्या धान्याची गोदाम। माल ठेवावा रोखून। जेव्हा आग होईल उपासमारीनं। पायाशी पडतील लोक गुमान ।।२१५।।   भ्रमात पकडावे जनतेला। करुनी आव्हान देशप्रेमाला। सर्वांसाठी जबाबदार धरावे शत्रू राष्ट्राला। घालावी साद भावनेला ।।२१६।। कलीहस्तक आता सरकारात। जनतेच्या नाड्या आपल्या हातात। राज्य हे कलीसैतानाच। स्मरुनी लागा कार्यास ।।२१७।। असला भयंकर कार्यक्रम। टीम ठगाजीराव राबवी नेटानं। केली जनतेची दाणादाण। असे दिवस न पाहिले देशानं ।।२१८।। रोगराई सोडली जनतेवर। महागाई अतिभयंकर। दंगली, दहशतवादाचा धूर। मोकाट फिरे खूनी, डाकू, चोर ।।२१९।। जनता मरे अन्नपाण्याविना। सैतानाचा आनंद गगनात मावेना। झाली सानथोरांची दैना। लेकराबाळांचे तोंड बघवेना ।।२२०।। म्हणे शत्रूराष्ट्र यासाठी जबाबदार। युध्द करावे लागेल सत्वर। जनतेला रक्त सांडावे लागेल भरपूर। हाच उपाय असे यावर ।।२२१।।

पाहूनी जनतेचे हाल अतोनात। सूर्यराजा उतरला मैदानात। मानवजातीस सोबत घेत। कराया कलीहस्तकांचा निपाःत ।।२२२।। अरे ठगाजीराव मुख्य प्रधान। आणि तूझी सैतानाची टीम। निवडून दिले तूला जनतेनं। राज्य कर संविधानाप्रमाण ।।२२३।। जनता ही देशाची मालक। तू असे आमचा सेवक। खेळ करशील जर असा भयानक। पडशील कायमचा नरकात ।।२२४।। लोकांच्या जिवीताचे रक्षण तूझी जबाबदारी। तू तर टपला त्यांच्याच जीवावरी। माजवूनी भ्रष्टाचाराची हागणदारी। डुकराप्रमाणे लोळतोस त्यावरी ।।२२५।। तू राज्याचा मुख्य प्रधान।

चालविलास हा जो पापाचा कार्यक्रम। सर्व पाप बसेल तूझ्याच डोई येऊन। अंध होऊ नकोस पदानं ।।२२६।। हजारो पिढ्या पडतील नरकाशी। वाईट तूझ्या लेकराबाळांची गती। जर खेळ करशील जनतेशी। वाट लावशील संविधानाची ।।२२७।। म्हणे वाहून घेतले जनसेवेशी। मग कशी जमा केली कोटी-अब्जांची संपत्ती। कुठे खडी फोडायला गेला होता कामावरती। मारतोस समाजसेवेची फूशारकी ।।२२८।। या देशाचा आदर्श गांधी। पंचा नेसून फिरला लोकांमधी। तू मशगूल गाड्या, घोडे, पेट्यांमधी। कुत्रे हागले तूझ्या तोंडामधी ।।२२९।। जनतेच्या लेकीसूना। नाचती बारमध्ये बनूनी नृत्यांगणा। त्यावर हप्ता खायचा करतोस डुक्करपणा। विचार कर बापाच्या काळजाचा भोकण्या ।।२३०।। नाव घेतोस शिवछत्रपतीचे। वागणे आहे का तसे तूझे। हात पाय तोडतील महाराज कायमचे। परत येणार आहेत पाहून शोषण जनतेचे ।।२३१।। मढ्याच्या टाळेवरचे लोणी खाणार तू चोर। विकून खाल्लास वाळू, खनिजसंपत्ती, भंगारसुद्धा हरामखोर। जनतेचे कंबरडे मोडले कर भरुनी बेसुमार। बीज भाजो तूझे ते तत्पर ।।२३२।। शपथ घेतोस संविधानाची। इमानदारी, जनसेवेची। साथ देतोस भ्रष्टाचाराची। जात तुझी बारा बिनग्याची ।।२३३।। जनता ही प्रत्यक्ष जनार्दन। न समझ मूक जनावराप्रमाण। बघत आहे तूझे नाटक जवळून। अक्युरेट कार्यक्रम होईल तुझा छान ।।२३४।। ये पब्लिक है। सब जानती है। बाहर का भी, अंदर का भी। सुधर जा अभी के अभी ।।२३५।। आदर्श आमचा राम-कृष्ण-बुध्दाचा। चक्रधर, बसवाण्णा, ज्ञानदेव, तूकाराम-रामदासाचा। शिवछत्रपतीच्या स्वराज्याचा। गांधीच्या सत्याग्रहाचा ।।२३६।। शिका, संघटीत व्हा संघर्ष करा या बाबासाहेबांच्या संदेशाचा। आमच्या महान

संस्कृतीचा। स्वातंत्र्यलढ्याचा। संविधानाचा। खेळखंडोबा करशील यांचा तर जाळून टाकू तूझी लंका ।।२३७।। बात बिगड गयी सब तरफसे। इथे काहीच नाही ओके । जमीन फिसल रही पैरोतलेसे। बाबू चलो जरा संभालके ।।२३८।। शेवटची ही संधी तूला। सोड सैतानाच्या मार्गाला। शरण ये सत्यधर्माला। नाहीतर अंत तूझा निश्चित झाला ।।२३९।। थांबव खेळ भ्रष्टाचार-भेदभाव-पापाचा। नसेल तर राजीनामा द्या पदांचा। हा देश जनतेचा। समर्थ आम्ही भार वाहण्यास मातृभूमीचा ।।२४०।। मुख्य प्रधान ठगाजीराव बडबडला। काही नाही राहिले माझ्या हाताला। सैतान माझ्या नसानसात भिनला। वाईटच सूचे आता मजला ।।२४१।। हिम्मत असेल तर थांबव आम्हाला। भिडे समोरासमोर सैतानाला। टूकडे टूकडे करीन तुला। कलीसैतान देव आम्हाला ।।२४२।।

पाहूनी घनघोर रणसंग्रामाला। गुरु भार्गव अवतरले मार्गदर्शनाला। समजाऊन सांगण्याचा उपयोग न कलीहस्तकाला। अपमानित करावे यांसि पदांपदाला ।।२४३।। जे ऋण न फेडती आई-वडिलांचे। गुरु, समाज, कुटूंब, राष्ट्र, विश्वाचे। जीवन जगती भ्रष्टाचार-मौजमजेचे। षंढ ऐसे हाकलून द्यावेत कायमचे ।।२४४।। जे कलीहस्तक उमेदवार। मतांसाठी वाटतील पापाच्या पैश्याची दारू, खीर। काळे फासावे हरामखोरांच्या तोंडावर। धिंड काढावी गावभर ।।२४५।। जो भूलथाप देईल मतदाराला। खोटी आश्वासने निवडणुकीला। भर चौकात तूडवावे त्याला। पुन्हा न लागले जनतेच्या नादाला ।।२४६।। ऐसे कलीहस्तक मंत्री, पदाधिकारी। जनतेच्या कामासाठी करतात लाचखोरी। बुड जाळावे तयांचे गरम तव्यावरी। लाच देणाऱ्याचे थोबाड फोडावे

सत्वरी ।।२४७।। कलीहस्तक अधिकारी-कर्मचारी। शपथ घेऊनी संविधानावरी। भरती खिसे होऊनी भ्रष्टाचारी। फिरवावे गावभर बैसूनी गाढवावरी ।।२४८।। ऐसे व्यापारी-उद्योजक। नफ्यासाठी लुटती निसर्ग, मानवास। फसवूनी खाती लोकांचं। काळंनिळं करावं ढुंगण तयांच ।।२४९।। ऐसे वैद्यक, शिक्षक, वकील। कर्तव्यच्यूत पैशामागे धावतील। लाल करावेत पाप्यांचे कानशील। मग गाडी रस्त्यावर धावेल ।।२५०।। ऐसे भांडवलदार शेतकरी। नफ्यासाठी भूमातेचे शोषण करी। भिक मागत फिरवावेत दारोदारी। फुशारकी उतरेल ती सारी ।।२५१।। ऐसे श्रमिक, मजूर। बहू होती कामचूकार। फटके लगावावेत बुडावर। येऊ लागतील मार्गावर ।।२५२।। जे न जागतील स्वकर्तव्याला। कुंपणावर बसून बघतील नाटकाला। जोडे हाणावेत ऐश्याला। नंपूसक भाडखाऊला ।।२५३।। ज्यांनी बहू जमा केली संपत्ती। शोषूनी निसर्ग, मानवांशी। जप्त करावी सरकाराशी। वापरावी निसर्ग, मानव कल्याणासाठी ।।२५४।। ऐसे पाखंडी धर्माचे ठेकेदार। ढोंगी, चलाख करीती लुटमार। उपाशी ठेवावेत महिनाभर। संपवावा त्यांचा अवतार ।।२५५।। असा बाप काय कामाचा। जो न्याय वाटा नाकारेल मूलीचा। पुत्र कधीच न फळो अशांच्या वंशा। नरकात खितपत पडो पापी कायमचा।।२५६।। जे विसरतील आई वडीलांच्या कष्टाला। बंधू-भगिनीच्या प्रेमाला। हाकलून द्यावेत वनवासाला। काय उपयोग ऐश्यांचा समाजाला ।।२५७।। जे वागतील जाती-पंथ-धर्माच्या नावे भेदानं। विसरुनी माणूसकीचा धर्म महान। तीच ती सैतानाची संतान। भर रस्त्यात हाणावी खेटरानं ।।२५८।। जे मागास म्हणतील आदिवासी बांधवांना। कोणत्याही जनसमूहांना। नाकारतील त्यांच्या श्रेष्ठ ज्ञान, आदर्शांना। त्यांच्याहुन मागास नीच कोणी न झाला

।।२५९।। प्रत्येकाचे नैपूण्य वेगळे। पुढारलेले, मागास हे सैतानाचे जाळे। जे विभागतील मानवांना या भ्रमामुळे। ठोकूनी काढावेत ऐसे कलीहस्तक बुळे ।।२६०।। आदिवासी मेंढपाळ-शेतकरी। पशुपालक-उद्योगी-व्यापारी। श्रमजीवी-प्रशासक-पुजारी। एका माता पित्याचे संतान समान सर्वोपरी ।।२६१।। राज्यकर्ते जे कल्याण न करतील जनतेचं। माजतील डुकरावनी माजवून लुटपाट। पाळिती भ्रष्टाचारास राजरोस। थोबाड रंगवावे ऐश्या पिसाळल्या कुत्र्यांचं ।।२६२।। पती-पत्नी जे मनाने न एक। कल्याण न करिती लेकरांचं। विसरतील एकमेकांचे स्वकीयलोक। निर्जन स्थळी सोडावेत कायमचं ।।२६३।। जे सन्मान न करिती माता-भगिनींचा। धंदा करिती छेडखानीचा। गाढव मूतवावा ऐश्यांच्या मुखा। उभ्या-उभ्या हाणावा सर्वासमक्षा ।।२६४।। जे दाबिती खरे काम करणाऱ्याला। काम न करता लाटिती श्रेयाला। मिर्ची लावावी त्यांच्या नवद्वाराला। उलटे बांधून ठोकावे च्युत्याला ।।२६५।। जे करिती निसर्गाचे प्रदुषण। पृथ्वी-जल-वायू-अग्नि-आकाशात पसरवती घाण। राजरोस मानवाचं आरोग्य उणं। बुडवून काढावेत गटारीतून ।।२६६।। जे करी वृक्षतोड बेसुमार। खनिजसंपत्तीसाठी चाळणी भूमातेची पार। अधिवास प्राणिमात्रांचा उठवणार। ऐश्या पाप्यास करावे तडीपार ।।२६७।। जे करिती प्राणीमात्रांची बेसुमार कत्तल। वंश तयांचा समाप्तीवर। समान हक्क न मानती त्यांचे पृथ्वीवर। सुया टोचवाव्या मुर्खास शरीरभर ।।२६८।। जे करिती दुरुपयोग साधनसंपत्तीचा। उधळपट्टीचा पाढा कायमचा। संपत्तीहीन करावे ऐश्या सैतानपूता। भीक मागवत फिरवावे पोटाकरीता ।।२६९।। जिथे सन्मान न श्रमाचा। अतिरेक आयतखाऊपणाचा। खडी फोडायला लावावे ऐश्या मूर्खा। घाम गाळवावा चरबी उतरविण्याकरीता ।।२७०।। जे

करिती खासगी, सरकारी संपत्तीत भेद। दुर्लक्षून सरकारची संपत्ती लक्ष स्वतःच्या महालाकडं। नुकसान भरपाई घ्यावी भाडखाऊकडं। भिकारडे पुन्हा न करतील अशी खोड ।।२७१।। जे घोळ करिती हिशेबात। फायद्यासाठी चूकीची फेरफार लिखावटीत। डाग द्यावेत अश्यांना गरम उलतन्याचं। चटके बसावेत कायमचं ।।२७२।। पढतमूर्ख जे बडबड करीती विनाकारण। अर्थ न जाणता जीवनाचा म्हणे स्वतःस विद्वान। लग्न लावावे तयांचे गाढवासंगतीनं। तोंड बंद करावे चिकटपट्टीनं ।।२७३।। ऐसे मस्तवाल, हरामखोर-बोलघेवडे। मायबापाच्या जीवावर खाती पेढे। बांबूने मोडावे तयांचे कंबरडे। सुधरत नाहीत ऐसे येडझवे येडे ।।२७४।। जे कलीहस्तक पत्रकार, प्रसारमाध्यम विकती स्वतःस। पैसे घेऊनी करती खरं खोट्याचं। हात तोंड काळं कराव तयांच। साल काढावं टिरीचं ।।२७५।।

अशी पत्नी काय कामाची। एकनिष्ट न जी पतीच्या कार्याशी।माहेर-सासरात भेद पाहती। बुडवेल नौका संसाराची ।।२७६।। असा पती काय कामाचा । जो समर्पित नाही पत्नी करीता।जो वाहिल न तिच्या चिंता। जगी काय करु शकेल बापूडा असा ।।२७७।। अशा मित्राची संगत काय कामाची। विश्वासघात करील जो फायद्यासाठी। सुख दुःखाचा जो न सोबती। जळो संगत तयाची।।२७८।। असा भाऊ काय कामाचा। व्यवहार ज्याला नात्यापेक्षा मोठा। नाही जो सत्कार्याचा पाठीराखा। असून नसून एकसारखा ।।२७९।।

जे वापरतील धनसंपत्ती मंदीरांची। स्वतःच्या ऐशआरामासाठी। सोडूनी वाट जनकल्याणाची। चप्पलहार घालूनी धिंड काढावी ऐश्या

दळभद्र्यांची।।२८०।। जे अपमान करतील महाराष्ट्राचा । नादाला लागतील मराठी माणसाच्या। तयांच्या नवद्वारात कोंबावा ठेचा। रेड्यावर बसवून पाठवावा नरक लोका ।।२८१।। जो हरामखोर म्हणतो स्वत:स मराठी। चाटूगिरी करतो फायद्यासाठी। दुही पसरवून गद्दार होतो मायमराठीशी। तोंड काळे करुन तयाची करावी काशी।।२८२।। जो शेंगळा म्हणतो मराठी स्वत:स। पर जागे न मायमराठीच्या आदर्शास। नाव खराब करतो महाराष्ट्राच। गळ्यात दोरी घालून नाचवावी ऐसी माकडाची जात।।२८३।। जो वाकडी नजर टाकेल भारतमातेकडे। अज्ञानी न समजेल तिच्या महान संस्कृतीचे धडे। ऐश्या महापाप्याचे काढावे धिंडवडे। पुन्हा न फिरकेल पृथ्वीलोकाकडे।।२८४।। ज्याच्या कर्मास आधार नाही विश्वकल्याणाचा। सकल मानवजात, सृष्टीच्या उत्थानाचा। तो महापापी दूत सैतानाचा। तोच असे शत्रू फण ठेचावा त्याचा।।२८५।। जे षडयंत्र रचतील महाराष्ट्र बुडवण्याचे, भारतमातेला खिळखिळे करण्याचे। मानवहिताला सुरुंग लावण्याचे। डोके उडेल त्या सैतानाचे।।२८६।। जे अन्यायाने खातील मंदिरे-देवता-धर्मस्थळांच। जनकल्याणाला देऊनी मुठमात। गाढव लावावा त्यांच्या पार्श्वात। फिरवावे वाजतगाजत गावात ।।२८७।। जे पाप करिती नाना प्रकारचं। अपमानित करावे त्यांना सदोदित। सुधरतील भय घेऊनी सज्जनांचं। अथवा सोडतील लवकर पृथ्वीलोक ।।२८८।। बेसरमाच्या बुडात वापले झाड। म्हणे सावली बसायला झाली थंड। ऐसे कलीहस्तक पापी, आडदांड। कातडी गेंड्याची सदैव अपमानित करावेत षंढ ।।२८९।। प्रत्येकाने जागवावा आपला विवेक। वेळीच पायबंद घालावा पापकर्मास। भीक न घालावी कलीसैतानास। प्रयत्न करावेत मानव म्हणून जगण्यास ।।२९०।। हे प्रभो

अंत कर पापी भ्रष्टाचारी कलीहस्तकांचा। नरक तयार कर त्यांच्यासाठी कायमचा। उद्धार कर सज्जनांचा। पांग फिटावा मानवजातीचा ।।२९१।।

ऐसा जो...

म्हणे हिंदू स्वत:ला, पर विसरुनी गेला सकल मानवकल्याणाला

म्हणे लिंगायत स्वत:ला, बसवण्णाचा आचार विचार फेकूनी दिला

म्हणे ब्राह्मण स्वत:ला, कवटाळून बसला संकुचितपणाला

म्हणे जैन स्वत:ला, महावीराचा त्याग बाजूला केला

म्हणे बौध्द स्वत:ला, वाहिली बुध्दाची वैश्विकता गंगेला

म्हणे शिख स्वत:ला, गुरुंची अमृतवाणी कचरतो पाळायला

म्हणे वारकरी स्वत:ला, सोयीनुसार माळ टांगितो खुट्टीला

म्हणे मुसलमान स्वत:ला, पैगंबरांच्या मार्गावर कधीच न चालला

म्हणे ख्रिश्चन स्वत:ला, प्रेम बाजूला सारुन पोसे द्वेषाला

म्हणे पारसी स्वत:ला, न चालवे झरतृष्टाच्या वारश्याला

म्हणे ज्यु स्वत:ला, उमजला नाही अब्राहम, मोजेसचा उदात्त संदेश त्याला

म्हणे शिवछत्रपतीचा पाईक स्वत:ला, फायद्यासाठी विकूनी खाल्ले महाराजांच्या बाणेदारपणाला

म्हणितो गांधीवादी स्वत:ला, भ्रष्टाचार हाच जीवनधर्म बनविला

म्हणे फूले-शाहू-आंबेडकरवादी स्वतःला, गोरगरीबांवर अन्याय करुन रेटे स्वार्थाला

म्हणे वीर सावरकर, हेडगेवारांचा पाईक स्वतःला, तत्त्व बाजूस सारुन सत्तासंपत्तीसाठी लाळ घोटणारा कुत्रा बनला

म्हणे समाजवादी स्वतःला, लक्ष केवळ स्वतःची संपत्ती वाढवायला.

ऐसे जे ...

पोसती फक्त बाह्य अवडंबराला, मुकले अंतरीच्या प्रकाशाला

संकुचित फायद्यासाठी वापरती धर्म, विचारधारेला

महापुरुषांचे ऐक्य कधीच न उमजले ज्यांना

काळे फासले डोंबल्यानी मानवधर्माला

सैतानाचे पूत जाणावे तयांना

प्रार्थना करावी प्रभुला

नरकाची हवा मिळो हरामखोरांना

जगी मानवधर्म हाच एक

भेद तो सैतानाचे अनुयायी-सज्जनांत

व्हावी सर्व सज्जनांची एकजूट

राजकारणी, कर्मचारी, प्रशासक

व्यापारी, पुजारी, उद्योजक

आदिवासी, मेंढपाळ, पशूपालक

शेतकरी, वैद्यक, शिक्षक

सेवा देणारे, श्रमजिवी, व्यावसायिक

प्रसारमाध्यमे, पत्रकारबंधू-भगिनी, न्यायाधीश

हाकलून द्यावया कलीसैतानाचे पूत

शिरले जे जीवनाच्या वरील सर्व क्षेत्रांत

बुडवाया जाती-धर्म-पंथांच्या भेदास

संपवाया भ्रष्टाचाराच्या भस्मासुरास

संविधान स्थापण्यास सत्यमार्गाचं

राज्य स्थापण्यास ईश्वराचं

प्रभू रामचंद्र, शिवछत्रपतीच्या आदर्शांचं ।।२९२।।

प्राप्त करुनी गुरु भार्गवांचा संदेश। सूर्यराज घेऊनी सर्व सज्जन लोक। करिती कलीहस्तकांशी दोन दोन हात। लोण पेटल आंदोलनाच।।२९३।। एकत्र झाले सर्व क्षेत्रातील सज्जन। कलीहस्तकांला पळायला कमी पडे रान। प्रत्येक गाव शहरांत भ्रष्टाचाऱ्यांचा कार्यक्रम। खेळ उलटला चक्र फिरल्यान।।२९४।। कलीचा सैतानी कोडा। निपचीत पडला भरला पापाचा घडा। बंद पडल्या कोलांटउड्या। दिव्य तो ईश्वरी निवाडा।।२९५।। धीरगंभीर झाला कलीसैतान। बोले शांत राहव माझ्या अनुयायांन। असा मार्ग काढितो युक्तीन। नादाला न लागतील पुन्हा सज्जन।।२९६।। म्हणे ठगाजीराव प्रधानास। शांत राहूनी सांभाळावे

कलीहस्तकांस। माघार घ्यावी तूर्तास। विजयाचा भास होऊ द्यावा सज्जनांस।।२९७।। करावे सज्जन होण्याचे नाटक। म्हणावे प्रकाश पडला डोक्यात। एकदा का जनता आली टप्प्यात। कार्यक्रम करावा जोरात।।२९८।। आपल्याशिवाय नाही लोकांना पर्याय। आपल्या ऐवढे शहाणे जगात कोणीच नाय। येतील आपल्याकडे धरत पाय। कोणालाच सोडायच नाय।।२९९।। ठगाजीराव मुख्य प्रधान, चाल खेळितो शातीर दिमाखान। म्हणे शासन चालेल आता सत्यमार्गान, भ्रष्टाचार, भेदभावास टाकवू संपूवन।।३००।। जनता ही देशाची मालक। आम्ही काय ते फक्त सेवक। जनता म्हणेल तेच होईल ईथ। स्वराज्य आणू शिवछत्रपतीच्या आदर्शाच।।३०१।। ठगाजीराव बोले सूर्यराजाला। या तुम्ही आता वाटाघाटीला। एकत्र मिळून काढू मार्गाला। थांबवा तेवढ आंदोलनाला।।३०२।। वाटाघाटी सुरु झाल्या जोरात। कटकारस्थान शिजले आतील गोटात। म्हणे संपवावे सज्जनांस कायमच। जनता उतरावी पुन्हा न आंदोलनात।।३०४।। गुलाम करा मानवजातीला। विश्वसिंहासने बैसवावे कलीसैतानाला। घाव शेवटचा घाला सज्जनांला। अमर करावे आपल्या राज्याला।।३०५।। ठगाजीराव कावेबाज सूर्यराजास बोलला। आपण सर्व मिळूनी जावे तूळजापुराला। एकत्र पुजूयात कुलस्वामिनीला। साक्षीने स्थापुयात शांतीला।।३०६।। आत कलीहस्तकांला दिले आदेश। मारेकरी पेरावेत मंदीरात। उडवूनी टाकावेत सज्जन लोक। नाटक संपवाव हे कायमच।।३०७।। ओघ आंदोलनाचा थांबता थांबेना। इमानदार अधिकारी कर्मचारी भीक न घालती कलीहस्तकांला। शांतीने आंदोलन करणे हा हक्क घटनेने जनतेला दिला। संविधान केवळ सर्वोच्च या देशाला।।३०८।। सत्ता भ्रष्ट करते मानवाला। ठगाजीराव तर कलीहस्तक

झाला। विवेक कलीहस्तकांचा निरंकुश सत्तेने हरला। भिडायला निघाले प्रत्यक्ष जनता जनार्दनाला।।३०९।।

दिल्लीत देशाचा प्रधान। चिंतीत महाराष्ट्रातील परिस्थितीन। महाराष्ट्र हा देशाचा प्राण। राज्य न करावे तिथे अधर्मान।।३१०।। ठगाजीरावाची योजना घातपाताची। पडली गुप्तहेरांच्या हाती। काने सजग दिल्लीपतीची। म्हणे सूर्यराजा सावध हो वेळेआधी।।३११।। सूर्यराजा लोकप्रिय पाकीस्तानात। पूर्वाश्रमीच्या वायव्य भारतात। तिथले सज्जन पाठविती खबरबात। अतिरेकी उतरले महाराष्ट्रात।।३१२।। सूर्यराजा झाला सावधान। सजग केली सज्जनांची मन। आता न घ्यायची माघार आपण। आरपार लढाई लढूयात मायभवानीच्या साक्षीन।।३१३।। ठगाजीराव बोले प्रसारमाध्यमात। बहू आले पीक अफवांच । विश्वास असावा सरकार हे जनतेच। कार्यक्रम होईल अतिशांतीत।।३१४।। ठरला पूजेचा दिवस। तयारी सुरु महाराष्ट्राच्या गावागावात। निघायच आता तूळजापूरास। मायभवानीच्या सेवेस।।३१५।। सूर्यराजा निघाला मुंबईहून। मुंबादेवीचे दर्शन घेऊन। एकवीरेच्या पायी पडून। वारी चाले बालाघाटाच्या दिशेन।।३१६।। स्मरण केले पांडूरंगाचे, शिव-खंडोबाचे। ध्यान साडेतीन पीठांचे, मुखी नाम राम कृष्णाचे। वैराग्य महावीराचे, शांत चित्त बुध्दाचे।।३१७।। माता-पित्याचे सतत स्मरण। संतमहात्मे दत्तगुरुंचे आशिर्वचन। समोर ठेवूनी शिवछत्रपतींचा पराक्रम। वाटचाल ध्येयाच्या दिशेन।।३१८।। सोबत गुरु भार्गवांची शिकवण। हनुमंतराया सावलीप्रमाण। सर्व देवी देवतांचे शुभवचन। काळराक्षस आता न सुटेन।।३१९।। आदर्श तो स्वातंत्र्यलढ्याचा। महापुरुष, संविधानाचा। रंग

तिरंगा मनाचा । उद्धार होवो भारतदेशाचा।।३२०।।

करोडोची मांदियाळी तूळजापूराच्या घाटात। महाराष्ट्र, उत्तर-दक्षिण, नेपाळ सर्व जगातून लोक। ठगाजीराव कलीहस्तकांच्या मोठ्या फौजफाट्यासकट।सूर्यराज सज्जनांचा मेळा दंग मायभवानीच्या महिम्यात।।३२१।। कलीहस्तकांनी रचलं चक्रव्यूह कटकारस्थानाच। अतिरेकी बनूनी बहुरुपी आले तूळजापुरात। कोणी झाला पूजारी, कोणी दुकानदार, कोणी भक्त। काळ टपला सज्जनांवर नाका नाक्यात।।३२२।। सज्जनांची बहू झाली तयारी। आत्मसंरक्षणास सजग ते सर्वेपरी। भूमिका अंगावर आला तर शिंगावर घेणारी। नाम जगदंबेचे सतत स्मरी।।३२३।। सूर्यराजा घेई घाट शिळेत दर्शन। प्राप्त करुन प्रभू रामचंद्रांचे आशिर्वचन। प्रताप रुप शिवरायांचे आठवून। निघाला कर्तव्यास सज्ज होऊन।।३२४।। ठगाजीराव-सूर्यराजा आले महाद्वारात। दंडवत घालूनी जगदंबेस। उतरती पायऱ्या मुख्य मंदिरास। नारे जय भवानी, जय शिवाजीचे दाही दिशात।।३२५।। प्रवेश झाला मुख्य गाभाऱ्यात। रुप मनोहर सती पार्वतीच। जिथे भान हरपून जात। माय विश्वाची तूळजापुरी नांदत।।३२६।। ठगाजीराव करे जगदंबेस प्रणाम। हळद कुंकू वाहूनी नमन। सूर्यराजा करुनी मातेची पूजा। दंडवत घालूनी पडिला पायावर तिच्या।।३२७।। अवतरला अतिरेकी पुजाऱ्याच्या रुपात। दिली तलवार ठगाजीरावाच्या हतात। वार करी शिर कापाया सूर्यराजाच। नाम घेत कलीसैतानाच।।३२८।। तलवारीची धार पोचली मानेशी। प्रकटली माय भवानी त्यासरशी। उठवून सूर्यराजास तलवार दिली हाताशी। महिमा तिचा वर्णावा किती।।३२९।। घूमला आवाज मातेचा रोमारोमात। बाळ, उठ, जागृत हो स्वस्वरुपास।

तूच राम, तूच कृष्ण पुरातनाचा। तूच कल्की कर्दनकाळ कलीयुगाचा।।३३०।। म्हणे काप शिर ठगाजीराव राक्षसाचे। बहु शोषिले रक्त माझ्या लेकरांचे। नाव नासविले महाराष्ट्राचे। वाटोळे केले मानवजातीचे।।३३१।। ऐकताच भवानीचा आदेश। सूर्यराजान केला घाणाघात। शिर उडाल राक्षसाच। पडल भवानीच्या पायात।।३३२।। हजारो वर्ष रक्त सांडले निष्पापांचे। ज्ञानदेव, बसवण्णा, गांधीसारख्या महापुरूषांचे। रेडा, बोकड, मुक्या प्राण्यांचे। पाहूनी रक्त राक्षसाचे। तृप्त अंत:करण मायभवानीचे।।३३३।।

कापला गेला तो राक्षस
अतिप्रिय कलीसैतानास
भ्रष्टाचार, भेदभाव वाढविला ज्याने राज्यात
भांडण मानवा-मानवांत

वाईट दिवस आणिले ज्याने मायमराठीला
ठेच महाराष्ट्राच्या अभिमानाला
दूषण ते भारतमातेला
रोडा मानवजातीच्या कल्याणाला

सूटल ग्रहण मऱ्हाटदेशाच
मायभवानी, राज्य येऊ दे सज्जनांचं

इकडे बाहेर शहरात। अतिरेकी मोकाट गल्लया-गल्लयांत।सत्र बॉम्बस्फोट, गोळीबाराच। सज्जन लढती रान करुन जीवाचं ।।३३४।। सूर्यराजाने घेतला मायभवानीचा आशिर्वाद। मस्तक ठगाजीराव राक्षसाच हातात। बाहेर येऊनी टांगिले महाद्वारात। निघाला नेतृत्व कराया सज्जनांच।।३३५।। पाहूनी सूर्यराजा मैदानात। मस्तक मृत ठगाजीरावाच। धाब दणाणल कलीहस्तकांच। सैरावैरा धावती दाहिदिशात।।३३६।। पळू लागले दुराचारी, भ्रष्टाचारी। पापाचा पैसा खाऊन माजलेली मंडळी सारी। आया-बहिणीच्या इज्जतीला हात घालणारी। खुनी, पाताळयंत्री, डुकरं घाणीत लोळणारी।।३३७।। करिती सज्जन दुष्टांचा पाठलाग। हाणिती धरुन नाक्या-नाक्यात। पाप फळाला आल दुराचाऱ्यांच। दिव्य कार्य ते ईश्वरी न्याय निवाड्याच।।३३८।। भगवान के घर देर है पर अंधेर नही। जो जैसा बोयेगा काटेगा फसल वैसीही। श्रद्धा-सबुरी रखो होता है सब सही। आखिर में जीतती है केवल सच्चाई।।३३९।। कापला गेला ठगाजीराव पापी । संहार भ्रष्टाचाऱ्यांचा जाहला। उदंड आनंद वाहू लागे महाराष्ट्रभूमीला। सलाम मर्द मराठी पूतांना।।३४०।। विजयवीर कल्याणी-सूर्यराज। शोभायात्रा निघे गावा-गावात। प्रतिक मराठी अस्मितेच। काम बहुत पुढे अजून करायच।।३४१।।

मानाचा तुरा महाराष्ट्र माझा, भारतभूच्या शिरपेचात।
जगी शोभे मराठी बाणा, जसा ध्रुव आसमंतात।
कृपा होऊ दे माय भवानी, भलं कर लेकरांचं।
दे आशीर्वाद, पूर्ण कराया स्वप्न शिवछत्रपतींचं।।

◆◆◆

अध्याय ६- नवपहाट

झाली नव्या युगाची पहाट। झुंजूमुंजू नवविचारांची आसमंतात। नवरंग जीवनाचे हात जोडूनी पाहती वाट। प्रकाश ज्ञानाचा झिरपू लागे दाही दिशांत ।।१।। जूने पाडणे हे सोपे त्यापर। नवीन घडवणे सायासाचे, कष्ट फार। महाराष्ट्रापूढे आव्हानांचा डोंगर। वाट दे मायभवानी भूकेली तूझी लेकरं ।।२।। ठगाजीराव गेला त्याच्या कर्मानं। प्रधानविहिन महाराष्ट्र शासन। कोसळली गढी कडकडाटानं। अराजक पसरु लागे वेगानं ।।३।। दिल्लीपतीला ग्रासले चिंतेनं। महाराष्ट्र हा देशाची शान। काय वाढून ठेवले पूढे देवानं। त्वरित लावले राष्ट्रपती शासन ।।४।। जनता उतरे रस्त्या-चौकात। म्हणे सूर्यराजा हाच आमचा शासक। घ्याव्या निवडणूका त्वरीत। न ठेवावी लोकशाही स्थगित ।।५।। कली चडफडे हस्तकांच्या शिरकाणानं। म्हणे एकाला दहा उभे करीन जोमानं। महाराष्ट्र मी माझ्याच ताब्यात ठेवीन। शासन तर माझेच, अन्यांनी मने भरावीत स्वप्नानं ।।६।। गुरु भार्गव बोलती सूर्यराजास। आधी कौल लावावा भवानीस। प्राप्त करुनी आदिमायेच्या आशिर्वादास। लागावे पुढील वाटचालीस ।।७।। मांडिला गोंधळ आदिशक्तीचा। शक्ती वसे महाराष्ट्रात साडेतीनपीठा। आमंत्रित केले सर्व देवी देवता। नाचती सर्व होऊनी दंग कौल घ्यावयास मातेचा ।।८।।

माहुरची रेणुकामाता गोंधळाला ये।

तुळजापूरची भवानी दर्शन आम्हांसी दे।

कोल्हापूरची अंबाबाई प्रकट होऊन वर दे।

वणीगडाची सप्तशृंगी आई बहू बाहू आम्हाला दे।

स्मरण केले मातेच्या ५१ शक्तीपीठांचे। नानाविध रुपांचे, विश्वाच्या सावलीचे, जगत माऊलीचे।।

दिव्य पीठ ते हिंगलाज माता । स्थानापन्न पाकिस्तान प्रदेशा।

क्षत्रियकुलांची रक्षक देवता। बळ दे माते राक्षसाच्या संहाराकरिता।।

देवीत देवी यल्लमा लई भारी। जिने नराच्या केल्या नारी।

सती सौंदत्ती हव्वाशार बैसली सिंहासनावरी। जगदंबे कर ग पदराची सावली।।

शारदापीठ ते काश्मिरात । संतोषी माता पश्चिम प्रदेशात।

कामाख्या कामरुप गुवाहाटीत । माता विरजा नांदतसे पुरी मंदीरात।।

माता अन्नपूर्णेची काशीनगरी । दक्षिणदेशे कन्याकुमारी।

स्वमाता स्मरिली आदिक्षेत्रावरी । मा वैष्णवी जम्मू क्षेत्रावरी।।

महाकाली ती चंद्रपुरात। अंबादेवी अमरावतीत।

अंबाजोगाईत योगेश्वरीचा थाट । श्री यमाई वसते अहिल्यादेवी नगरात।।

पुण्यक्षेत्रे चतुश्रृंगी देवी। कोकणात भराडी आई।

काल्यात एकवीरा माई । मुंबापुरीत मुंबादेवी।

मांढरगडावर गजर काळूबाईचा होई।।

प्रसन्न भवानी लेकरांच्या भक्तीने। अवतरली भक्तांच्या अंतर्मनात प्रसन्नतेने। वारे गोंधळ्यांच्या अंगात प्रखरपणे। देवी बोलू लागे

आशिर्वचने।।९।।

राज्य यावे महाराष्ट्रात सज्जनांचे।

वारे न लागो माझ्या लेकरांना कली सैतानाचे।

विसरुनी भेद जाती, धर्म, प्रदेशांचे।

संपवूनी अस्तित्त्व भ्रष्टाचाराचे।

माझ्या मराठी संतानाला दिवस येवोत गुण्यागोविंदाचे।

एकमूठ व्हावा महाराष्ट्र भारतमातेच्या रक्षणासाठी।

स्मरुनी पसायदान, संतवचन, कष्टावे विश्वकल्याणासी।

मायमराठीचा झेंडा लावावा त्रिलोकी।

रामराज्य स्थापन व्हावे, स्वप्नपूर्ती बाळशिवाजीची।

आशिर्वाद माझा सदैव तुमच्या सोबती।।

प्राप्त झाला कौल भवानीचा। आसमंतात उदोउदो अंबाबाईचा। उजागर झाल्या प्रकाशवाटा। आरंभाचा श्रीगणेशा ।।१०।। सत्यधर्माचे कार्य पुढे नेण्याला। जननी-जन्मभूमी सेवा-संघ स्थापिला। माता-पिता, मातृभूमीच्या उद्धाराला। संघ सज्जनांचा तो वाहिला ।।११।। केंद्रे स्थापिली गाव-गाव नगरात। महाराष्ट्र, भारतभूमी, विश्वभरात। उदंड लोकांचा तो प्रतिसाद। मानवकल्याणाची झाली सुरुवात ।।१२।। बुध्द, धम्म, संघ ही त्रयी। मार्ग मुक्तीचा आम्हासी देई। चालूनी या मार्गावर याचि देही। ज्ञानप्रकाश पसरो ठायी ठायी ।।१३।। सूर्यराज बुध्द वाटाड्या झाला। धम्म विश्वकल्याणासी मानिला। संघ जननी जन्मभूमी सेवा संघ

जाहला। तथागतांनी मार्ग आम्हास हा दिला। ।।१४।। सर्व नाचती कीर्तनाचे रंगी। ज्ञानदीप लागू लागले जगी। मानवकल्याणाची ती नांदी। महाराष्ट्र अग्रेसर विश्वामधी ।।१५।।

आम्ही सर्व मानवजातीचे।

जात, धर्म, भेद हे फूकाचे।

वाटे माणूसकीच्या जायचे।

उद्धार जनांचा करायचे ।।१६।।

एका बीजापासून जग हे उत्पन्न।

वेद सांगती युगायुगापासून।

आपला-परका भेद टाकावा जाळून।

गावे मानवतेचं गान ।।१७।।

सती पार्वती आमची माता।

शिव असे परमपिता।

गोतावळा सर्वमानवजातीचा।

हाच सार सर्व धर्मपंथांचा ।।१८।।

आदर्श आमचे दशावतार राम, कृष्ण, बुध्द, जीनांचे,

अब्राहम, झरतुष्ट्र, येशू ख्रिस्त, पैंगबरांचे, कन्फुशिअस,

लाओ, सॉक्रेटिसाचे,

आदिशंकर, ज्ञानदेव, बसवाण्णा, चक्रधरांचे,

गांधी, टिळक, नेहरु, पटेल, कलाम, पेरियारांचे,

फुल-शाहू-आंबेडकरांचे,

स्वातंत्र्यवीर, हेडगेवार, प्रबोधनकारांचे,

कर्मवीर, गाडगेबाबांचे, स्वामी रामानंद तीर्थांचे

कोटी कोटी सज्जनांचे ।।१९।।

महापुरुषांच्या नावावर कधीच न भांडायचे

बाह्य विचारांना फार महत्त्व न द्यायचे

काळ, वेळ, देश, परिस्थितीनुसार ते बदलत असते

अंतरंग जाणावे तयांचे, मानवकल्याणाचे

सर्व जाती पंथ महापुरुषांच्या अनुयायांनी एक व्हायचे

बीज पेरावे विश्वकल्याणाचे ।।२०।।

जर मानव भांडू लागले महापुरुष, जाती, पंथाच्या नावावर

भ्रष्टाचाराचे माकड लोणी खाऊन जाईल फार

सर्वांनी एकत्र यावे हीच महापुरुषांची तळमळ

जागा मानवांनो शेवटची ही अंतिम वेळ ।।२१।।

जिथे सर्व विचारांचा महासमन्वय

तो विठ्ठल आमचा देव

अठरा पगड जाती धर्म एकत्र नाव घेती,

गुण गाती, ते खंडोबाचे नाव

जिच्या पायी सर्व भेद संपती ती भवानी आमची माय

सर्वांना समान लेखणाऱ्या संत, पीर,महात्म्यांच्या विचारांची ठेव

घेऊनी त्यांचे विचारवैभव

कल्याण महाराष्ट्र, भारतभूमी, जगताचं करावं ।।२२।।

भारतराष्ट्र ही दिव्य भूमी

देव, अवतारी पुरुष, आखिल मानवसभ्यतेची जननी

स्वागत करीतसे सर्व लोक विचारांचे बाहू फैलावूनी

आपला-परका हा भेद कधीच न तिच्या मनी

सर्व लेकरे तिची, प्रेम करीतसे मनापासूनी

तोच भाव बाळगावा सर्व देशवासियांनी

भारतभूमीच्या आदर्शांच्या रक्षणार्थ

लढावे प्राण पणाला लावूनी ।।२३।।

हिंदूस्तान हे भारतभूमीचे नाव

मुसलमान बांधवांनी ठेवले येथील रहिवाश्यांस संबोधून

त्या अर्थी जे जे रहिवासी या देशाचे

त्यांनी अभिमानाने स्वत:स हिंदू म्हणून घ्यायचे

भेद करुनी सैतानाच्या हातात कोलित न द्यायचे

अनुयायी सर्व उपासनापध्दती विचारांचे

हातात हात घालून रहायचे

ध्येय विश्वकल्याणाचे ठेवायचे

भारतभूमी तिच्या आदर्शाच्या रक्षणार्थ

शेवटपर्यंत लढायचे ।।२४।।

मराठा तितूका मेळवावा

आपुला महाराष्ट्र धर्म वाढवावा

या कार्यी करिता थकवा पूर्वज हासती

सत्यधर्मासाठी मरावे

मरुनी सैतानास मारावे

भ्रष्टाचार, भेदभावास संपवावे

स्वराज्य सुखशांतीचे स्थापावे कायमचे

जे जे रहिवास करिती महाराष्ट्र भूमीवर

ते सर्व तिची संतान लेकरं

मराठा, मराठी जाणावे तयांसी सत्वर

जाळूनी भेद जाती, पंथ, उपासनापध्दती, प्रांताचे सकळ ।।२५।।

जे जे रहिवास करिती आदिपासूनी

त्यांनी जपावी मराठी भाषा, संस्कृती प्राण पणाला लावूनी

जे नव्याने आले उत्तर, दक्षिण, पूर्व, पश्चिमेतूनी

तयांनी ऋण फेडण्यास मायमराठीचे

धडे गिरवावेत तिच्या भाषा, संस्कृतीचे

जपावी आपली स्वत:ची भाषा, विचार, संस्कृती

त्याद्वारे वाढवावी मायमराठीच्या गंगेची महती ।।२६।।

अमृताचिये पैजा जिंकणारी माझी मराठी

सर्व भाषा भगिनींचे प्रवाह कवेत घेऊन

वृद्धींगत व्हावी तिच्या गोडीची किर्ती ।।२७।।

एक सत्य सर्वांचे, एक ईश्वर सर्वांचा

हिंदू, मुसलमान, ख्रिश्चन, ज्यू, पारसी

बौध्द, जैन, लिंगायत, वारकरी, महानुभाव, शिखांचा

असंख्य जाती, पंथ, मार्गांचा

एकच प्रकाश तो सत्य सनातनाचा

बाह्य भेद उपासनापद्धतीचा फुकाचा

शब्द सांडूनि ध्यास असावा

अंतरंगाच्या एकरंगी अर्थाचा

एकच एक संदेश तो परमशांतीचा

नि:शब्द होऊनी केवळ अनुभवायचा

अनुभवूनी आचरणात उतरावयाचा

स्वर्ग पृथ्वीवर अवतरावयाचा

पांग फेडाया माता–पिता मातृभूमी गुरुजनांचा

शेवटी श्वास मुक्तीचा घ्यायचा ।।२८।।

प्रत्येकाकडे असते काहीतरी ज्ञान

या अर्थी प्रत्येक जण हा ब्राह्मण

न्यायासाठी लढतो हरएक आपल्या परीनं

म्हणूनी घट घट हा क्षत्रिय जाण

थोडा बहुत व्यापार आलाच जगण्याच्या अनुषंगानं

वैश्य हा प्रत्येक मनुष्याचा स्वभावगुण

कायक हे जीवनाचे सर्वश्रेष्ठ तत्त्व जाण

प्रत्येक मनुष्याचा शूद्र हा महान गूण

जाळूनी टाकावा वर्ण भेदभाव, उचनीचपणा त्वरेनं
इथे प्रत्येक मनुष्य एकसमान
एका मायबापाची संतान
फूकाचा रोटी-बेटी भेद न पाळावा आंधळेपणानं
जे जे योग्य, न्याय्य, सत्य, शिव,सुंदर उजवावे मोठेपणानं
गलिच्छ, असत्य हाणून पाडावे भीड न बाळगता त्वरेनं
एक होऊन सुखाने रहावे गुणागोविंदानं ।।२९।।

भूतकाळात बहू झाल्या जाती, व्यवसाय,
प्रदेश उपासनापद्धतीच्या अनुषंगाने
भविष्यात बहू होतीलही याच नियमाप्रमाणे
जातीच्या कार्याचा अभिमान ठेवावा प्रसंगाप्रमाणे
पण जातीवाद करुन मानवतेस कधीच न विसरणे
फूकाचा भेदभाव, उच्च-नीचपणा, रोटी-बेटी भेद
न पाळावा अज्ञपणे
जे जे चांगले ते उजवावे मानवतेने
वाईट हाणून पाडावे सुज्ञपणे
या कार्यात जात-पात, भाऊबंदकी कधीच न पहाणे ।।३०।।

जो मनुष्य गाडेल झेंडा कर्तृत्त्वाचा

ध्वज उंचावेल सत्यधर्माचा

तोच अधिकारी पुरुषार्थाचा

स्त्री–पुरुष हा भेदभाव त्यागावा कायमचा

मुलगा–मुलगी दोन्ही एकसमान

वाढवावीत एकसमान भावानं ।।३१।।

वर्ण अमूचा एक तो मानवतेचा

जात अमूची एक ती मानवतेची

पंथ अमूचा एक तो मानवतेचा

लिंग अमूचे एक ते मानवतेचे

झेंडा अमूचा एक तो मानवधर्माचा

विविधतेत एकता हा महामंत्र अमूचा

एकीची वज्रमूठ करुन

ध्वज उभारु सत्यधर्माचा ।।३२।।

पूर्वजन्मीचा कुतूबुद्दीन इब्राहिम झाला। मऱ्हाटदेशे जन्म घेतला। प्रारब्धाने सदाशिव सूर्यराजास भेटला। पूर्ण कराया पूर्वजन्माच्या कार्याला ।।३३।। भेट झाली दोन मित्रांची। सत्य जानल्या दोन मनांची। शुभ घडी ती

उत्तम योगाची। सुरवात हिंदू मुसलमान एकतेची ।।३४।। हिंदू-मुसलमान दोन डोळे देशाचे। दोन हात लढायचे। दोन पाय पुढे जायचे। एकत्र होऊन रहायचे ।।३५।। बहू सांडले रक्त निष्पापांचे। फोडा भांडे एकदाचे भ्रामक भेदाचे। भांडण लावणाऱ्या सैतानाचे हात पाय तोडायचे। एक दिलाने काम करायचे ।।३६।। नाव जरी वेगळे दिले त्या परमतत्त्वाला। उपासनेचा मार्ग वेगळा झाला। तरी उभय भजती त्याच त्या परमसत्याला। संपवुनी टाकावे निरर्थक दूजाभावाला ।।३७।। ध्येय एकच ते दोघांचे। राज्य ईश्वर, अल्लाहचे स्थापायचे। सैतानाच्या मायाजाळात नाही फसायचे। एकीशिवाय दूजा मार्ग नाही हे जाणायचे ।।३८।। डाव कूटील तो सैतानाचा। हिंदू-मुसलमान वेगळे करुन मारण्याचा। जाणावा धोका दंगा फसादाचा। नाहीतर लोणी खाऊन जाईल बोका ।।३९।। सैतान तो अतिशातीर, बलवान। एकट्या दुकट्याने जाणार नाही ती घाण। मानवी ऐक्यच करेल त्याचे काम तमाम। हिंदू मुसलमानांनो जाणावे हे सत्य महान ।।४०।। स्मरावे बसवण्णा, ज्ञानदेव, पीरांच्या संदेशाला। सलाम करावा प्रेषित पैगंबरांच्या महानतेला। पूढे न्यावे शिवछत्रपतींच्या कार्याला। एक होऊनी उज्ज्वल भविष्य द्यावे देशाला ।।४१।।

हात हिंदू मुसलमानांचा हातात आला

सैतानाचा अंत तो निश्चित झाला

सूर्यराज इब्राहिम यांनी आदर्श एकीचा निर्मिला

घातला वळसा मऱ्हाटदेश, भारतभूमीला

संदेश विश्वभरात तो गेला
हिंदू-मुसलमान ऐक्याचा झेंडा उंचावला
बुलंद बूरुज तो परमसत्याचा विजयी झाला ।।४२।।

भाग्योदय मऱ्हाटदेशाचा झाला
खऱ्या ब्राह्मणांचा उदय झाला
वेद पुन्हा बोलता झाला
चाप लागला भोंदू भटांच्या भ्रष्टाचाराला ।।४३।।

ब्राह्मण, क्षत्रिय, वैश्य, शूद्र
वर्ण स्वरुपात एकीने अवतरला
महानुभाव, लिंगायत, वारकरी, गाणपत्य
नाथपंथ, दत्तसंप्रदाय, सुफी, बौध्द, जैन, शिख
विचार जागा झाला
शक्तीपीठांचा जागर झाला
ब्रह्मकुमारी, जीवनविद्या, स्वाध्याय, स्वामिनारायण
सर्व गुरुपरंपरांचे जन लागले कामाला
मुसलमान, ख्रिश्चन, ज्यू, पारसी
जागृत झाले परमसत्याला ।।४४।।

जागर स्त्री शक्तीचा झाला

रणरागिनी बाहेर पडल्या लढायला

षंढ, अन्यायी भिऊन लपले बिळाला ।।४५।।

पददलित पतितांचा उद्धार झाला

प्रत्येक जण सामर्थ्यशाली झाला

सैतानाचे हस्तक लागले थरथरायला ।।४६।।

अठरापगड जाती-जमाती

आला हात एकमेकांच्या हाती।

गुढी उभारली महाराष्ट्र धर्माची ।।४७।।

ज्ञानाचा प्रकाश सर्वत्र झाला। बहुजन पोचले बुध्दपदाला। मऱ्हाटदेश उजळून निघाला। संदेश पोचला भारतभर, विश्वाला ।।४८।। अवघा रंग एक झाला। माझेपण, तुझेपण उडून गेला। महाराष्ट्र एक रंगी रंगला। पांडुरंग जना-मनात अवतरला ।।४९।।

जाहीर झाला कार्यक्रम निवडणुकांचा। महाराष्ट्राच्या प्रतिनिधीगृहाचा। कोण मैदान मारणार याची उत्सुकता। प्रधानपदी कोण बसेल याची चिंता ।।५०।। कलीसैतान म्हणे लावेन पणाला सर्व शक्ती।

सुवर्णसंधी ही ठगाजीरावाच्या वधाचा बदला घेण्याची। चालवून साम, दाम, दंड, भेद युक्ती। मीच राखेन गढी महाराष्ट्राची ।।५१।। कलीचा आदेश हस्तकाला। सर्व पक्षात घुसवावे चेल्यांना। बुडवूनी टाकावे सर्व उदात्त विचारधारांना। सत्तासंपत्तीच्या मोहमायेत भूलवावे सर्वांना।।५२।। चेले घुसले सर्व पक्षात। करु लागले करामत। लागली डाव्या-उजव्या-मधल्या विचारांची वाट। काय होईल या देशाच ।।५३।। लागले निर्लज्ज कलीहस्तक कामाला। मानूनी सैतानाच्या आदेशाला। माज बळ, पैशाचा वळवळ करे बुडाला। निघाले पुन्हा महाराष्ट्र बुडवायला ।।५४।। कीडा शांत न झाला यांचा अजुन। बेशरम पापाचा पैसा खाऊन। बापूड्यांनो हा पूर्वीचा महाराष्ट्र नाही हे जाण। डाळ शिजेल न आता अधर्माच्या आगीनं ।।५५।।

सज्जनांत दोन झाले विचार। एक म्हणे कशाला पडावे राजकारणावर। भर द्यावा समाजप्रबोधनावर। दुसरा म्हणे राजकारण हेच सुधारणेचे दिव्य हत्यार ।।५६।। दूर कराया गोंधळ मनाचा। संघ एकमताने करु लागे चर्चा। आव्हान केले गुरु भार्गवास मार्गदर्शनाकरिता। गुरुच दाखवेल प्रकाशवाटा ।।५७।। ऐकूनी संघातील सर्वांचे विचार। गुरु बोलले प्रबोधनपर। सज्जनांनी राजकारण करावे सत्वर। कधीच न मानावे त्यासी गैर ।।५८।। राजकारण हे क्षेत्र अतिपवित्र। समाजात न्याय स्थापण्याचे अस्त्र। मानवास प्रगतीकडे नेणारे सूत्र। त्यावाचून समाज होईल गलितगात्र ।।५९।। ज्या देशाचे नासले राजकारण। भ्रष्टाचार, अनिती, अन्याय, भेदभावानं। सैतानी विचार सूत्रधार पडद्यामागून। त्या देशाची नौका बुडाली हे जाण ।।६०। राजकारण क्षेत्र हे त्यागाचं। प्रसंगी प्राण त्यागून देश रक्षायचं । समाजाच्या कल्याणासाठी सतत झटायचं। स्मरण ठेवावं

स्वातंत्र्यलढ्याचं ।।६१।। जर राजकारण सज्जनांकडून दूर्लक्षित। माजेल अनिती, भ्रष्टाचार सर्व क्षेत्रात। समाज प्राप्त होईल अधोगतीस। देश सापडेल संकटात ।।६२।। ज्यांना चिंता देश, समाज, मानवतेची। अशा सज्जनांनी आधी सुत्रे हाती घ्यावीत राजकारणाची। संपवावी बजबजपूरी त्यातील कायमची। स्थापना करावी ती श्रेष्ठ न्याय्य तत्त्वाची ।।६३।। देश चालवावा संविधानाप्रमाण। सर्व नागरिक एकसमान। सत्य, न्यायाची गंगा वहावी सर्व क्षेत्रातून। अहोरात्र झटावे हरुनी भूक, तहान ।।६४।। ऐकूनी श्रेष्ठ गुरुवचन। संघाचे झाले समाधान। सूर्यराजास कर्णधार बनवून। संघ निघाला निवडणूकीच्या दिशेन ।।६५।। केले सकल जनतेस आव्हान। सज्जनांनी उतरावे दंड थोपटून। संपवाया कलीहस्तकास राजकारणातून। सत्यधर्माचा झेंडा फडकावया अभिमानानं ।।६६।।

काय महाराष्ट्र षंढ,नामर्दांचा देश जाहला। म्हणून पापाचा पैसा लागेल निवडून यायला। पांडूरंगाचे नाव घेऊन उतरा पाण्याला। पुण्याचेच बळ येईल या भूमीत कामाला ।।६७।। एक पक्ष आमचा मानवतेचा। जनसेवा, देशकल्याणाचा। डावा,उजवा भेद निकालात काढावा कायमचा। एकच एक विचार तो राष्ट्रउद्धार, विश्वकल्याणाचा ।।६८।। आम्ही भारमातेची संतान। पवित्र झालो तिच्या ज्ञानमृतानं। मिटला जाती-पंथ-धर्म-भेद तिच्या मायेनं। उगवला सूर्य मानवतेचा क्षितीजाहून ।।६९।।

आम्ही रांगडे वीर महाराष्ट्राचे

बाळकडू आम्हास पसायदानाचे

बसवाण्णांच्या वचनाचे

चक्रधर, तुकाराम, रामदासाच्या शब्दधनांचे

मुरीद आम्ही पीरांचे

नवनाथांच्या गाथेचे

अभय आम्हास दत्तगुरूंचे

पांडुरंग, खंडोबा, मायभवानीचे

वारसदार शिवछत्रपतीच्या कर्तृत्त्वाचे

गांधी, टिळक, स्वातंत्र्यवीराचे

फूले, शाहू, आंबेडकरांचे

बहिणाबाईच्या साधेपणाचे

कर्मवीर, गाडगेबाबा

स्वामी रामानंद, तुकडोजीच्या कार्याचे

मुंडके उडवू सैतानाचे

भ्रष्टाचार, भेदभावाचे

पूर्ण करु स्वप्न शिवछत्रपतीचे

हिंदवी स्वराज्याचे

झेंडे गाडू महाराष्ट्र धर्माचे

पांग फेडू भारतमातेचे

एक कुटूंब करु विश्वाचे

पूर्णत्व ते पसायदानाचे ।।७०।।

शिवरायांचे आठवावे रुप। शिवरायांचा आठवावा प्रताप। आता
मागे वळून न पहायचं। सरकार जनतेच स्थापायचं ।।७१।। इडा, पिडा,
बला जावो। बळी आमचा राजा होवो। युगायुगाची तपस्या फळाला येवो।
धनधान्य, समृद्धी, संतती उदंड होवो ।।७२।।

नको आम्हाला असे लोकप्रतिनिधी

जनतेशी नाळ ज्यांची जूळली ना कधी

सदैव चमच्यांच्या गराड्यामधी

निवडून आल्यावर जनतेचा विचार

कधीच न ज्यांच्या मनामदी ।।७३।।

गोरगरीब गरजुंसाठी कधीच न ज्यांना वेळ

इकडच्या, तिकडच्या पंगती झाडण्याचा सदैव चाले खेळ।

गांधी, भगतसिंहाच्या त्यागाचा कधीच न ज्यांचा मेळ

लोकशाही यशस्वी करण्यात जे झाले फेल फेल फेल ।।७४।।

राजकारण ज्याच्यासाठी सत्ताकारण

निती-तत्त्वे ठेवली बासनात गुंडाळून

उघडे नागडे फिरु लागले

कुठे खायला मिळतंय याच्या आशेनं

आजची रात्र एकासोबत उद्याची दुसऱ्यासोबतीनं

नितीच्या राजकारणाला गिळल छिनाल वेश्यावृत्तीनं ।।७५।।

स्वत:च्या लेकराबाळांच हित म्हणजे राष्ट्राच हित

जीवनाच्या संघर्षात जनता जळाली चूलीत

हजार चूहे खाके बिल्ली हज चली अशी ज्यांची रीत

नुसती फूसकी भाषणबाजी, कर्तव्य शुन्यातीत

देश विकून टाकला, धुंद हे मौजमस्तीत

जनता झाली दरिद्री, संपत्ती यांची वाढे वर्षागणिक ।।७६।।

आम्ही जनता या देशाची मालक

मोठ्या विश्वासान कारभार दिला तुमच्या हातात

पण तुम्ही विश्वासघातानं आमचीच लावली वासलात

मालक नोकर बनला, नोकर वागू लागे जहागिरदारागत।

काय अजब ही कलीयुगाची रीत

जनता उपाशी, कलीहस्तक खाती दूध–भात

आता दाखवू तुम्हाला तुमची अवकात

ज्याला जनता डसेल तो पाणी सुद्धा नाही मागत ।।७७।।

बहू दुरुपयोग झाला राजकारणासाठी धर्माचा

काळ आता हिशेब बरोबर करण्याचा

पापी, षंढ, ढोंगी धर्माचा वापर करणाऱ्यांना धडा शिकवण्याचा

राजकारणाचा वापर करुन धर्माची सत्य, न्याय्य

तत्त्वे स्थापण्याचा ।।७८।।

आम्ही महाराष्ट्राची सुजाण जनता

नाना भोग भोगून शहाणे झालो आता

आमचे मत फक्त सज्जनांकरिता

आमच्यातल्याच माणसांकरिता

जे मान ठेवतील जनतेचा

झेंडा उंचावतील देशाचा

विजय होवो सत्य, न्याय, मानवधर्माचा ।।७९।।

बहू उन्हाळे पावसाळे पाहून जनता झाली शहाणी. दूधानं भाजलं, ताक सुद्धा पिऊ लागली फुंकूनी. जनतेनेच उमेदवार दिले शुभ्र मोत्यावानी. जीवनाच्या संघर्षात तावून सलाखून निघालेले अस्सल

खाणी। सत्य, न्याय, धर्म प्रिय ज्यांना प्राणाहूनी। गांधी-आंबेडकरांच्या मेहनतीला फळ आले टपोरदानी ।।८०।। पाहूनी जनतेची रौद्रशक्ती। कलीहस्तक उमेदवार दडु लागले बिळामधी। अवैध संपत्ती, पुंडाई, खोटी प्रसारमाध्यमे। घराणेशाहीची नौका बुडाली क्षणामधी। खऱ्या लोकशाहीची पहाट आसमंतामधी ।।८१।।

दिन दिन दिवाळी, गाई म्हशी ओवाळी

जे चांगलच ते निवडून याव यावेळी

भ्रष्टाचार, भेदभावाची करा होळी

पापी कलीहस्तक उमेदवार बसवावेत गरम तव्यावरी

एकदा का बुड भाजलं जळत्या लाकडावरी

जनतेचा नाद नाही करणार पुन्हा व्यभिचारी

तण काढून टाकावं, पीक जोमानं डौलेल बांधावरी

पेटवली जनतेने होळी जोगोजागी

ज्ञानाचा प्रकाश दाही दिशामंदी

जनतेचा सोटा भ्रष्टाचाऱ्यांच्या बुडामधी

शिव्यांची लाखोली पाप्यांच्या कानशिलामधी

आची र कूची

ज्यानं ज्यानं जनतेला लुटलं

ती गाढवाची संतती होऽ होऽ होऽ होऽऽऽ

बोंबला होऽ होऽ होऽ होऽ।

मनगटावर तेल टाकून बोंबला होऽ होऽ होऽ होऽ ।।८२।।

ये आदिवासी जनजातीच्या पोरा

गोंड, वारली, ठाकरा

ये मातंग, महार, चांभार, ढोरा

कैकाडी, न्हावी, परिट, सूतारा

पारधी, कोल्हाटी, गोंधळी, वासूदेव, कलाकारा

तेली, तांबोळी, गवळी, रेड्डी, बागवान, वडारा

माळी, कोळी, धनगर, वंजारी, बंजारा

अलुतेदारा, बलूतेदारा

ये शहान्नव कुळी मराठ्याच्या पोरा

कुणबी, लेवा पाटील, राजपूत वासरा

ये लिंगायत, जैन, शीख, ज्यू, पारसी

ख्रिश्चनांच्या पोरा

ये मुसलमान बहाद्दरा

ये मारवाडी, गुजराती छोरी-छोरा

कोमटी, वाणी, गुरव, जंगम, बामन, सूवर्णकारा

ये गंगा-यमुना किनाऱ्याच्या पोरा

सिंधू, पंचनद, ब्रह्मपूत्र खोऱ्यातून आलेल्या वासरा

तापी, नर्मदा, महानदी, गोदावरी, कृष्णा

कावेरीचे पवित्र पाणी पिलेल्या वीरा

अरे अठरापगड जाती धर्म प्रदेशाच्या मराठी पोरा

उठ की आता वासरा

भांडत बसलास आपसामधी

बूडाला महाराष्ट्र तूझा सारा ।।८३।।

एक रक्त मानवजातीचे

जाळूनी टाक जाती-पाती धर्म प्रदेशाचा भेद सारा

काय बसलास कुंपणावर, बघतोस खेळ पसारा

उतर की आता मैदानात दंडाला माती लावून बहाद्दरा

बघतोस दुसऱ्याच्या हाताकडे

चालवण्यास जीवनाचे रणगाडे

मागून फक्त भीक मिळते, अपमानाचे जोडे

तुझ्या जीनवाची सुत्रे घे तुझ्याकडे ।।८४।।

लाखो मेले प्राप्त करण्यासाठी स्वातंत्र्याला

देशाचे संविधान बाबासाहेब लिहून गेला

अरे देशाचा मालक केले संविधानाने तूला

मग नोकराप्रमाणे वागतोस कशाला

कोण थांबवले तूला देशाची सूत्रे हातात घ्यायला

तरुण रक्त सळसळत नाही का बघून दुःख, अपमानाला ।।८५।।

पण त्यासाठी एकीची वज्रमूठ करावी लागेल तूला

हरवावे लागेल कलीसैतानाला

नामोहरम भ्रष्टाचार, भेदभावाच्या राक्षसाला

सतत लढावे लागेल, तयार रहा त्या महान बलिदानाला

मगच खरा स्वातंत्र्याचा सूर्य उगवेल क्षितीजाला ।।८६।।

शेवटची ही संधी तूला

लढावे आणि जिंकावेच लागेल तूला

नाहीतर कायमचा प्राप्त होशील सैतानाच्या गुलामीला

अरे स्मर आपल्या वारश्याला

जाग मातेच्या दुधाला, पित्याच्या कष्टाला

बघ उघड्या डोळ्याने मायमराठी भूमीच्या दुःखाला

स्मर आसेतू-हिमाचल भारतभूमीला

अखिल विश्व व त्या नियंत्याला

लाग आता कामाला

फार उशीर रे झाला ।।८७।।

फळ आले जागरण प्रचाराला। फूकाचा जाती, धर्म, वर्ण पक्ष भेद मिटला। हात सर्व सज्जनांचा हातात आला। हाकलून लावया सैतानाच्या पीलावळीला ।।८८।। दिवस तो निवड करण्याचा आला। लोकांनी उत्स्फुर्त प्रतिसाद दिला, जनतेचा जनार्दन झाला। कलीहस्तकांची काशी झाली, अनामत रक्कमही जप्त झाली। लोकशाही विजय झाली।।८९।। इडा पीडा बला गेली। सैतानाची फजिती झाली। पापी मध्यस्थ दलालांची नौका बुडाली। जनता प्रथमच सरकारात आली।।९०।। अठरापगड जाती जमाती। सर्व धर्म पंथांची संतती।राजा-रंक एकसोबती। मांडीला मांडी लावून बसले लोकप्रतिनिधी गृहामधी।।९१।।

बसवण्णाचा अनुभव मंडप मुंबई नगरात अवतरला। उच्च नीच, गरीब-श्रीमंत भेद नामषेश झाला। स्मरुनी पसायदान, शिवछत्रपतींच्या कार्याला। सर्व लागले महाराष्ट्र कल्याणाला।।९२।। कौल महाराष्ट्राच्या जनतेने एकदिलाने दिला। सज्जनांचा लोकसंघ सत्तेत आला। सूर्यराजा मुख्य प्रधानपदा बसला। घेऊनी सकल जनांना सोबतीला।।९३।। धर्मकारण-राजकारण आले संगतीला। विवाह राजकारणाचा परत नितीशी झाला। इहलोक-परलोक बहु सायसाने साधला। आरंभ सत्य-न्यायाच्या युगाला।।९४।।

मायभूमी विदर्भाला जाग आली

मराठवाड्याची नवी पहाट झाली

पश्चिम महाराष्ट्राची शक्ती जागली

नाशिक खानदेशाच्या चैतन्याला पालवी फुटली

पुण्याची विद्वत्ता बहराला आली

परशुरामाची कोकणभूमी नवतेजाने उजळली

साहसी,दर्यावर्दी माय मुंबई पुन्हा स्वस्वरुपास आली

आशिर्वाद मायभवानीचा घेतला। नमन पांडुरंग, खंडोबाला, शिवाच्या अमर तत्वाला, प्रेषित पैगंबर, ख्रिस्त, झरतृष्टाला। स्वातंत्र्यलढा-महापुरुष-संविधानाला, भारतमाता या अखिल विश्वाला। जनहितार्थ राज्यकारभार सुरु झाला।।९५।। सैतानाला जबर धक्का बसला। महाराष्ट्र कोहिनूर मुकूटातून गळाला। चडफडला तो जळजळला। सुरवात झाली राक्षस पतनाला।।९६।। मोगरा फूलला, मोगरा फूलला। इवलासा वेलू गगनावरी गेला। महाराष्ट्र धर्म फळाला आला। उदय सनातन सूर्यराजाचा झाला।।९७।।

❖❖❖

नवयुगारंभ...

जे जागतील न मानवतेला
प्रयत्न करतील शब्दच्छलात पकडायला
विसरतील संदर्भात वाचायला
संकुचिततेचे पडदे ज्यांच्या बुध्दीला
विपर्यासाचे ग्रहण लावतील या लिखाणाला
सोयीप्रमाणे अर्थ देतील ओव्यांला
विसरुनी मानवकल्याणाला
खर लागो तयांच्या वंशाला।।

जे प्राप्त समभावाला
निरपेक्षतेने पाहतील लिखाणाला
ओळखतील शब्दांमागच्या अर्थाला
जाणतील जनकल्याणाच्या तळमळीला
चुका दुरुस्त करुन नेतील पुर्णत्वाला
पार करो ते भवसागराला।।

पसायदान

आता विश्वात्मकें देवें । येणे वाग्यज्ञें तोषावें ।
तोषोनिं मज ज्ञावे । पसायदान हें ।।

जें खळांची व्यंकटी सांडो । तया सत्कर्मी–रती वाढो ।
भूतां परस्परे पडो । मैत्र जीवाचें ।।

दुरितांचे तिमिर जावो । विश्व स्वधर्म सूर्यें पाहो ।
जो जे वांच्छिल तो तें लाहो । प्राणिजात ।।

वर्षत सकळ मंगळी । ईश्वरनिष्ठांची मांदियाळी ।
अनवरत भूमंडळी । भेटतु भूतां ।।

चलां कल्पतरूंचे आरव । चेतना चिंतामणींचें गाव ।
बोलते जे अर्णव । पीयूषाचे ।।

चंद्रमे जे अलांछ्न । मार्तंड जे तापहीन ।
ते सर्वांही सदा सज्जन । सोयरे होतु ।।

किंबहुना सर्व सुखी । पूर्ण होऊनि तिन्हीं लोकी ।
भजिजो आदिपुरुखी । अखंडित ।।

आणि ग्रंथोपजीविये । विशेषीं लोकीं इयें ।
दृष्टादृष्ट विजयें । होआवे जी ।

येथ म्हणे श्री विश्वेश्वराओ । हा होईल दान पसावो ।
येणें वरें ज्ञानदेवो । सुखिया जाला ।।

- संत ज्ञानेश्वर